க்ளிக்!

என். சொக்கன்

Title: Click
Author's Name: N Chokkan
Copyright © N Chokkan
Published by Kamarkat

Kamarkat Prachuram
(An imprint of Zero Degree Publishing)
No. 55(7), R Block, 6th Avenue,
Anna Nagar,
Chennai - 600 040

Website: www.zerodegreepublishing.com
E Mail id: zerodegreepublishing@gmail.com
Phone : 89250 61999

Kamarkat First Edition: January 2023
ISBN: 978-81-949739-8-0
TITLE No. Kamarkat: 7

Cover Design & Layout: Vijayan, Creative Studio

1

ஒருவர் வயலில் உழத் தொடங்கினார், அங்கே ஒரு பானை கிடைத்தது, அதற்குள் தங்க நாணயங்கள், அவற்றை வைத்துப் பெரிய பணக்காரராகிவிட்டார்.

நாம் எல்லாரும் இந்தக் கதையைச் சின்ன வயதில் வெவ்வேறுவிதமாகக் கேட்டிருக்கிறோம். ஏழை உழுவர் ஒருவர் கடலைக்காய்போல் தங்க நாணயங்களை அள்ளிக்கொண்டு ஆனந்தமாக நடனம் ஆடுவதுபோல் கற்பனை செய்து மகிழ்ந்திருக்கிறோம்.

அதற்குமுன்னால் அவர் மிகவும் வறுமையில் வாடியிருக்கலாம், சாப்பாட்டுக்கு வழியில்லாமல் குடும்பம் கஷ்டப்பட்டிருக்கலாம், ஆனால் அந்தப் பானை கிடைத்தவுடன், அவருடைய பிரச்னைகளெல்லாம் தீர்ந்துவிட்டன. அதுதான் குழந்தைகளுக்கு மகிழ்ச்சியளிக்கும் விஷயம்.

குழந்தைகளுக்கு மட்டும்தானா?

ஒருவர் மாதம் பத்தாயிரம் ரூபாய் சம்பளம் வாங்கி, அதில் இரண்டாயிரத்தைச் சேமித்துவைத்து குடும்பத்தை முன்னேற்றினார், கடன் வாங்கி வீடு கட்டிக் கஷ்டப்பட்டு வேலை செய்து அதை அடைத்தார் என்பதுபோன்ற நிஜமான கதைகளெல்லாம் யாருக்கும் பரவசமூட்டுவதில்லை. ஒருவிநாடி

அவர்களுடைய உழைப்பை வியப்பார்கள், மறுவிநாடி, லாட்டரியில் லக்கி ப்ரைஸ் அடித்துப் பணக்காரரான ஒருவரைப் பார்க்கச் சென்றுவிடுவார்கள்.

இந்தப் பழக்கத்தால்தான், நமக்கு சச்சின் டெண்டுல்கரைப் பிடிக்கிறது, தோனியையப் பிடிக்கிறது, அவர்கள் திறமைசாலிகள்தான், ஆனால் அதுகூட இரண்டாம்பட்சம், ஜெயித்தவர்கள் என்பதுதான் நமக்கு முக்கியம். எங்கிருந்தோ வந்தார்கள், பிரமாதமாகக் கிரிக்கெட் விளையாடினார்கள், ஏகப்பட்ட பணம் சம்பாதித்தார்கள், இப்போது அவர்கள் தொட்டதெல்லாம் காசு. ஆஹா!

இதே இந்தியாவில் சச்சினைப்போல் தோனியைப்போல் திறமைசாலி இளைஞர்கள் ஏராளமாக இருக்கிறார்கள். அவர்களெல்லாம் மாவட்ட கிரிக்கெட், மாநில கிரிக்கெட், மிஞ்சிப்போனால் ஐபிஎல் என்று தங்களால் இயன்ற அளவை எட்டி மகிழ்ந்துகொண்டிருக்கிறார்கள், அவர்கள் நமக்கு லட்சிய பிம்பமாவதில்லை.

அவ்வளவு ஏன், சச்சினும் தோனியுமே முதல் முயற்சியிலேயே வென்றுவிட்டார்களா என்ன?

நம்முடைய பார்வைக்கு அப்படித் தெரியலாம். ஆனால் அந்த வெற்றிக்குப் பின்னால் அவர்கள் கடந்து வந்த நீண்ட பயணம் நமக்குத் தெரிவதில்லை, யாரும் சொல்லுவதில்லை, சொன்னாலும் நாம் கவனிப்பதில்லை, 'இப்ப ஜெயிச்சுட்டான்ல, அதான் முக்கியம்!'

வெற்றியைமட்டும் கொண்டாடும் குணத்தில் தப்பில்லை. சொல்லப்போனால், அதுதான் மனித இயல்பு.

ஆனால் அதற்காக, வெற்றிமட்டுமே நம் கண்ணில் பட்டுக்கொண்டிருந்தால், அது ஒரு தவறான முன்னுதாரணத்தை, தவறான எதிர்பார்ப்பை நமக்குத் தந்துவிடும். அதன் அடிப்படையில் வாழ்க்கையை அணுகும்போது, பெரிய ஏமாற்றத்துக்கு ஆளாவோம்.

'க்ளிக்'

இந்த மேஜிக் சத்தம் உலகில் எல்லாருக்கும் தெரிந்த ஒன்று. கேமராவிலிருந்து வருவதுமட்டும் 'க்ளிக்' அல்ல, எல்லாமே சரியாக அதன் இடத்தில் சரியாக அமைவதுதான் 'க்ளிக்', அதாவது, கச்சிதமான வெற்றி.

பெரிய சாதனையாளர்களைப் பார்க்கும்போது, அவர்களுடைய வாழ்க்கையில் ஒரு பிரமாதமான 'க்ளிக்' நமக்குத் தெரிகிறது. 'அசத்திட்டான்ய்யா' என்று அதை நினைத்து மகிழ்கிறோம்.

ஆனால், அந்த 'க்ளிக்' ஒலிக்குப் பின்னால் எத்தனை 'அடச்சே'கள் இருந்தனவோ? யாருக்குத் தெரியும்?

ஒவ்வொரு 'க்ளிக்'கும் ஒரு வெற்றியாளரை நமக்கு அடையாளம் காட்டுகிறது. கூர்ந்து கவனித்தால், அவர் எப்படி அங்கே வந்து சேர்ந்தார் என்கிற எதார்த்தமும் புரியும்.

பொறுமை இல்லாத இன்றைய உலகில், நாம் எல்லாவற்றுக்கும் அவசரப்படுகிறோம். அந்த 'க்ளிக்' நமக்கும் சட்டென்று வந்துவிடாதா என்று ஏங்குகிறோம்.

உண்மையில் நாம் ஏங்கவேண்டியது அந்த 'க்ளிக்'குக்காக அல்ல, அதன் பின்னே இருக்கிற கதைக்காக. அதைப் புரிந்துகொண்டு, அவர்கள் தோல்விகளை எப்படிச் சமாளித்தார்கள், சிறிய வெற்றிகளை எப்படிக் கொண்டாடினார்கள், அங்கிருந்து பெரிய வெற்றிக்கு எப்படி முன்னேறினார்கள் என்பதையெல்லாம் தெரிந்துகொண்டால், நமக்கும் அதேமாதிரி சூழல் வரும்போது அந்த அனுபவத்தைப் பயன்படுத்தி முன்னேறலாம்.

உங்களுக்கு *WhatsApp* தெரியும்தானே?

யாருக்குதான் தெரியாது? நண்பர்களுக்குள் செய்தி அனுப்பிக்கொள்வதில் தொடங்கி கணவன் மனைவி கொஞ்சல்கள், மாமியார், மருமகள் சண்டைகள்வரை எல்லாம் இப்போ வாட்ஸாப் மெசேஜில்தான் நடக்கிறது!

அதனால்தான், ஃபேஸ்புக் நிறுவனம் பல கோடி ரூபாய் கொடுத்து வாட்ஸாப்பை வாங்கிக்கொண்டது. அதைத்

தொடங்கிய ஜான் கெளம், பிரயன் அக்டன் இருவரும் ஒரே நாளில் பெரும் பணக்காரர்களாகிவிட்டார்கள்.

செம 'க்ளிக்'. இல்லையா?

அதற்குச் சில வருடங்களுக்குமுன்னால், இதே ஜான் கெளம், பிரயன் அக்டன் இருவரும் இதே ஃபேஸ்புக்கில் வேலைக்கு விண்ணப்பம் போட்டார்கள். ஆனால், இன்டர்வ்யூவில் அவர்கள் தேர்வாகவில்லை.

அப்போது, ஜான் கெளம் இப்படி எழுதினார், 'ஃபேஸ்புக் என்னை நிராகரித்துவிட்டார்கள். பரவாயில்லை, அடுத்து என்ன என்று பார்க்கலாம்!'

ஜான் கெளமுக்கு ஏமாற்றங்கள் புதிதில்லை. சின்ன வயதிலிருந்தே வறுமையில் வளர்ந்தவர் அவர்.

உக்ரைனில் ஒரு சிறிய கிராமத்தில் பிறந்தவர் ஜான் கெளம். அவர்களுடைய வீட்டில் எந்த அடிப்படை வசதியும் கிடையாது, மின்சாரம்கூட கிடையாது. தினமும் சாப்பாட்டுக்கே கஷ்டம்.

ஜானுக்குப் பதினாறு வயதானபோது, அவருடைய குடும்பம் அமெரிக்காவில் குடியேறியது. அங்கேயும் வறுமை வாழ்க்கைதான். அரசாங்க உதவியைப் பெற்று ஏதோ வண்டி ஓடியது.

இதனால், கிடைத்த வேலைகளையெல்லாம் செய்ய ஆரம்பித்தார் ஜான். ஏதோ, சாப்பாட்டுக்கு வழி பிறந்தால் சரி என்கிற நிலைமை.

அப்போது, ஒரு பழைய புத்தகக் கடையில் ஜானுக்கு ஒரு புத்தகம் கிடைத்தது. கம்ப்யூட்டர் நெட்வொர்க்கிங்பற்றிய புத்தகம் அது.

ஏதோ ஆர்வத்தில் அந்தப் புத்தகத்தைப் படிக்க ஆரம்பித்தார் ஜான். கொஞ்சம் கொஞ்சமாக அது அவரை உள்ளே இழுத்துக்கொண்டது. பின்னர் அதுவே அவருக்கு ஒரு வேலையையும் தேடிக் கொடுத்தது. அந்த வேலையில் இருந்தபடி கல்லூரியில் பகுதி நேரமாகப் படிக்க ஆரம்பித்தார்.

ஆனால், கல்லூரிப் படிப்போ வேலையோ அவருக்குப் பெரிய ஆர்வத்தைத் தரவில்லை. படிப்பைப் பாதியில் நிறுத்திவிட்டார், வேலையிலிருந்தும் விலகிக்கொண்டுவிட்டார். அவரும் அவருடைய நண்பர் பிரயன் அக்டனும் ஏதாவது புதிதாகச் செய்யவேண்டும் என்று நினைத்தார்கள்.

அப்போது மொபைல் போன்கள் உலகெங்கும் பிரபலமாகிக்கொண்டிருந்த நேரம். அவற்றில் SMSக்காக நிறைய செலவழிக்காமல், நண்பர்கள் தங்களுக்குள் எளிதில் விஷயங்களைப் பரிமாறிக்கொள்வதற்கான ஓர் அப்ளிகேஷனை அவர்கள் உருவாக்க நினைத்தார்கள். அதுதான் WhatsApp.

எளிமையான, கச்சிதமான சேவை. யாரும் சுலபமாகப் பயன்படுத்தலாம், வேகம், ப்ளஸ் சவுகர்யம். WhatsApp பெரிய வெற்றி பெற்றது. உலகெங்கும் லட்சக்கணக்கானோர் அதன் சேவையில் இணைய, முன்பு அவர்களை நிராகரித்த ஃபேஸ்புக் இப்போது தேடி வந்து பணத்தைக் கொட்டியது!

2

நைகீ!

Nike என்று நமக்கு நன்றாகத் தெரிந்த ஷூவின் பெயரை இப்படித்தான் உச்சரிக்கவேண்டுமாம். அது ஒரு கிரேக்கத் தேவதையின் பெயராம்.

சரியாகச் சொல்லுவதென்றால், கிரேக்க வெற்றி தேவதை. விளையாட்டு வீரர்கள் அதிகம் அணிகிற ஒரு ஷூவுக்குப் பொருத்தமான பெயர்தான்!

நைகீ நிறுவனத்தைத் தொடங்கியவர்கள் ஃபில் நைட், பில் பாவெர்மன். இருவருமே விளையாட்டு வீரர்கள். குறிப்பாக, பில் பாவெர்மன் பல திறமைசாலி வீரர்களை உருவாக்கிய பயிற்சியாளர்.

இதனால், இவர்களுக்கு ஒரு விளையாட்டு வீரர் வெற்றி பெற என்ன தேவை என்பது தெரிந்திருந்தது. முக்கியமாக, நல்ல ஷூவின் முக்கியத்துவத்தை அவர்கள் உணர்ந்திருந்தார்கள்.

அப்போது அமெரிக்காவில் கிடைத்த ஷூக்கள் ஒன்று விலை மலிவாக, தரம் குறைவாக இருந்தன அல்லது, விலை அதிகமாகவும் நல்ல தரத்துடனும் இருந்தன.

இதனால், நிறைய செலவழிக்கக்கூடியவர்கள் நல்ல ஷூக்களை வெளிநாட்டிலிருந்து இறக்குமதி செய்து அணிந்தார்கள்.

மற்றவர்கள் வேறு வழியில்லாமல் சாதாரண ஷூக்களை அணிந்து சமாளித்தார்கள்.

அதாவது, அன்றைய அமெரிக்காவில் பெரும்பாலானோருக்கு இன்னும் நல்ல ஸ்போர்ட்ஸ் ஷூக்கள் தேவைப்பட்டன. யாராவது அவற்றை நியாயமான விலையில் தயாரித்தாலோ இறக்குமதி செய்தாலோ அவர்களுக்கு நல்ல பிஸினஸ் வாய்ப்பு காத்திருந்தது.

இந்த நேரத்தில் ஃபில் நைட் ஒரு கல்லூரியில் தொழில்துறைபற்றிப் படித்துக்கொண்டிருந்தார். சொந்தத் தொழில் தொடங்கும் யோசனை அவருக்கு வந்திருந்தது. ஆனால் என்ன தொழில் செய்வது என்று தெரியவில்லை.

சொந்தத் தொழில் என்று வந்தால், தெரியாத ஏதோ ஒன்றைச் செய்வதைவிட, தெரிந்த விஷயத்தில் இறங்கினால் வெற்றிக்கான சாத்தியங்கள் அதிகம். ஆகவே, தனக்குத் தெரிந்த விளையாட்டுத்துறையில் ஏதாவது ஒரு தொழில் செய்யலாமா என்று யோசித்தார் ஃபில் நைட்.

அப்போதுதான் ஃபில் நைட்டுக்கு இந்த ஷூ யோசனை வந்தது. விலை குறைவான, ஆனால் நல்ல தரமுள்ள ஷூக்களை அமெரிக்கச் சந்தையில் அறிமுகப்படுத்தினால் என்ன?

செய்யலாம், ஆனால் எங்கிருந்து கொண்டுவருவது?

இதற்கான பதில் ஜப்பானில் கிடைத்தது. அங்கே ஒனிட்சுகு என்ற நிறுவனம் தயாரித்த 'டைகர்' பிராண்ட் ஷூக்கள் ஃபில் நைட்டுக்குப் பிடித்திருந்தன. விலையும் நியாயமாக இருந்தது. 'இதை அமெரிக்காவுக்குக் கொண்டுவந்தா சூப்பர் ஹிட்டாகும்' என்று அவருக்குத் தோன்றியது.

உடனே அந்த நிறுவனத்தினரைச் சந்தித்தார் ஃபில் நைட். 'உங்கள் ஷூக்களை அமெரிக்காவில் விற்கும் உரிமை எனக்கு வேண்டும்' என்றார். அவர்களும் சம்மதித்தார்கள்.

சில மாதங்கள் கழித்து, அவர் கேட்ட ஷூக்கள் அமெரிக்காவுக்கு வந்து சேர்ந்தன. இனிமேல் விற்பனையை ஆரம்பிக்கவேண்டியதுதான்.

ஃபில் நைட்டுக்கு எங்கே விற்பனையைத் தொடங்குவது என்று தெரியவில்லை. தனது நண்பர்கள், தெரிந்தவர்களிடம் பேசினார், டைகர் ஷூக்களைக் காட்டினார்.

டைகர் ஷூக்கள் பில் பாவெர்மனுக்கு மிகவும் பிடித்துவிட்டன. 'நானும் இந்த பிஸினெஸ்ல பார்ட்னராச் சேர்ந்துக்கறேனே' என்றார்.

பில் பாவெர்மன் விஷயம் தெரிந்த ஆசாமி. அவரும் தன்னுடன் இருப்பது நல்லதுதான் என்று நினைத்தார் ஃபில் நைட். இருவரும் சேர்ந்து ஒரு புதிய நிறுவனத்தைத் தொடங்கினார்கள்.

அந்த நிறுவனத்தின் பெயர், 'ப்ளூ ரிப்பன் ஸ்போர்ட்ஸ்'. சில ஆண்டுகளுக்குப்பிறகுதான் அது 'நைகீ' என மாறியது.

ஆரம்பத்தில், ஜப்பானிலிருந்து ஷூக்களை வரவழைத்து அமெரிக்காவில் விற்பதுதான் அவர்களுடைய பிஸினெஸ் ப்ளான். ஷூ தயாரிப்பதெல்லாம் அவர்களுடைய கனவாக இல்லை.

காரணம், டைகர் ஷூக்கள் நிஜமாகவே நன்றாக இருந்தன. அவற்றைச் சரியாக மார்க்கெட்டிங் செய்து விற்றாலே போதும் என்று நினைத்தார் ஃபில் நைட்.

ஆனால், எங்கே விற்பது?

அதற்கென்று தனியே கடை தொடங்குமளவு வாய்ப்புகள் அப்போது இல்லை. ஆகவே, ஃபில் நைட் தன்னுடைய காரிலேயே ஷூக்களை அள்ளிப் போட்டுக்கொண்டு, விளையாட்டுப் போட்டிகள் நடைபெறும் இடங்களுக்குச் செல்ல ஆரம்பித்தார். அங்கே விளையாட்டு வீரர்களிடம் நேரடியாக இந்த ஷூக்களைப்பற்றிப் பேசி விற்கத் தொடங்கினார்.

இந்த முறை ஓரளவு நல்ல பலன் தந்தது. நியாயமான விலையில் சிறப்பான தரம் என்பதால் பலரும் இந்த ஷூக்களை வாங்கினார்கள். விற்பனை அதிகரித்தது. ஜப்பானிலிருந்து மேலும் அதிக ஷூக்களை வரவழைத்து விற்கத் தொடங்கினார் ஃபில் நைட்.

இன்னொருபக்கம், பில் பாவெர்மன் 'இந்த ஷூக்கள் சுமார்தான்'

என்று பேசத் தொடங்கியிருந்தார். 'இவை அடிப்படை நோக்கத்தைப் பூர்த்தி செய்கின்றன. ஆனால், விளையாட்டு வீரர்கள் மிகவும் சவுகர்யமாக அணியும் அளவுக்கு, அவர்கள் நன்றாக விளையாடி ஜெயிக்க உதவும் அளவுக்கு இந்த ஷூக்கள் இல்லை, இதில் இன்னும் நிறைய அம்சங்களைச் சேர்க்கவேண்டும், எடையைக் குறைக்கவேண்டும்' என்று அவர் யோசித்தார்.

இதையெல்லாம் ஜப்பான்காரனுக்கு எடுத்துச் சொல்லிப் புரியவைக்க இயலுமா? நாமே ஷூ தயாரித்துப் பார்த்தால் என்ன?

முயற்சி செய்தார்கள். ஆனால், இதில் அவர்களுக்கு முன் அனுபவம் இல்லாத காரணத்தால், அந்த ஷூக்கள் மகா சொதப்பலாக அமைந்தன. அவற்றைக் கஷ்டப்பட்டு வந்த விலைக்குத் தள்ளிவிட்டார்கள்.

அப்போதும், பில் பாவெர்மன் தனது முயற்சிகளை நிறுத்தவில்லை. விளையாட்டு வீரர்களுக்குமட்டுமல்ல, ஷூ அணிகிற ஒவ்வொருவருக்கும் என்ன தேவை என்பது அவருக்குத் தெளிவாகத் தெரிந்தது. அதைக் கண்டறியும் பணியில் அவர் மும்முரமாக இருந்தார்.

ஒருவேளை பில் பாவெர்மன் வடிவமைக்கும் ஷூக்கள் பிரமாதமாக அமைந்துவிட்டாலும், அவற்றை மக்களிடையே சரியாகக் கொண்டுசெல்லவேண்டுமே. அந்தப் பணியில் ஃபில் நைட் ஈடுபட்டிருந்தார்.

'நாம் தயாரிக்கும் ஷூக்களை விளையாட்டு வீரர்கள்மட்டும்தான் அணியவேண்டுமா?' என்று யோசித்தார் ஃபில் நைட். 'நடப்பதில், ஓடுவதில், ஆடுவதில், விளையாடுவதில் ஆர்வம் கொண்ட ஒவ்வொருவருக்கும் இந்த ஷூக்கள் சென்று சேரவேண்டும்' என நினைத்தார் அவர்.

'அதாவது, எல்லாரும் நம் ஷூக்களை அணிய விரும்பவேண்டும். சும்மா வாக்கிங் போகிறவர்களில் ஆரம்பித்துப் பள்ளி மாணவர்கள், கல்லூரி மாணவர்கள், குடும்பத் தலைவர்கள்,

பெண்கள் என எல்லாரும் இந்த ஷூக்களை அணியவேண்டும். அதற்கு என்ன வழி?'

நைகீ என்ற பிராண்டும், அதற்கான விளம்பர உத்தியும் இப்படித்தான் உருவானது. விளையாட்டு, உடலைக் கட்டுக்கோப்பாக வைத்துக்கொள்வது என்ற இரண்டு அம்சங்களை அடிப்படையாக வைத்து அவர்களுடைய விளம்பரங்கள் தயாரிக்கப்பட்டன. மளமளவென்று முன்னேறிக்கொண்டிருந்த பல விளையாட்டு வீரர்களைத் தங்கள் மாடல்களாகப் பிடித்துப்போட்டார்கள். அவர்கள் சொல்ல, ரசிகர்கள் கேட்டார்கள்.

அதேசமயம், நைகீயின் விளம்பரங்கள் மக்களுடன் நேரடியாகப் பேசின. 'உங்கள் உடம்பை நீங்கள் கவனித்துக்கொள்ளுங்கள், அதற்கு நைகீ உதவும், ஓடுவதும் ஆடுவதும் விளையாட்டும் ஓர் ஆனந்தமான அனுபவமாக இருக்கும்' என்று அவை சொல்ல, மக்கள் அதனை முழு மனத்துடன் ஏற்றுக்கொண்டார்கள். இன்னொருபக்கம் நைகீ தயாரிப்புகள் அருமையான வடிவமைப்பு, புதுமையான நுட்பங்கள் என அசத்தி, மாபெரும் வெற்றி பெற்றன!

இன்றைக்கு உலகின் முன்னணி ஃபிட்னஸ் நிறுவனங்களில் ஒன்று நைகீ. அவர்களுடைய வெற்றிக்கு முக்கியக் காரணம், சரியான நேரத்தில், சரியான பொருளைச் சரியாகத் தயாரித்து, அதைச் சரியாக விளம்பரப்படுத்தியதுதான்!

3

இன்றைக்குக் கல்லூரிப் படிப்பை நிறைவு செய்யும் ஓர் இந்திய இளைஞனின் மனத்தில் என்ன கனவு இருக்கும்?

பெரும்பாலானோரின் விருப்பம், கைநிறையச் சம்பளம் தருகிற ஒரு பெரிய நிறுவனத்தில் வேலை. அது பன்னாட்டு நிறுவனமாக இருந்தால் இன்னும் சந்தோஷம். வாய்ப்புக் கிடைத்தால் வெளிநாடு சென்று செட்டிலாகிவிடலாமே!

சச்சின், பின்னி இருவரும் அப்படி ஒரு பன்னாட்டு நிறுவனத்தில்தான் வேலை பார்த்துக்கொண்டிருந்தார்கள். அதுவும், அதிவேகமாக வளர்ந்துகொண்டிருந்த ஈகாமர்ஸ் துறையின் முன்னணி நிறுவனமான அமேஸானில்.

இதன் அர்த்தம், அவர்கள் தங்களுடைய வேலையில் கொஞ்சம் கவனம் செலுத்தி அனுபவத்தை வளர்த்துக்கொண்டால் போதும், ஈகாமர்ஸ் வளர வளர, பல புதிய நிறுவனங்கள் வரும், பெரிய நிறுவனங்கள் இதில் முதலீடு செய்யும், அவை இந்த அனுபவசாலிகளைச் சேர்த்துக்கொண்டு சம்பளத்தை வாரி வழங்கும்.

ஆனால், சச்சின், பின்னி இருவருக்கும் இதில் விருப்பம் இல்லை. அவர்கள் அமேஸானில் இருந்து விலக நினைத்தார்கள்.

இதென்ன அபத்தம்? யாராவது இத்தனை நல்ல வாய்ப்பை விடுவார்களா?

சச்சினுக்கும் பின்னிக்கும் ஈகாமர்ஸ் துறையின் முக்கியத்துவம் புரிந்திருந்தது. ஆனால், இந்தியாவில் அதை வளர்க்கச் சற்றே வேறுவிதமான அணுகுமுறை தேவை என்று நினைத்தார்கள்.

அமேஸான் ஒரு பெரிய நிறுவனம். அவர்கள் தங்களுடைய பாதையில்தான் செல்வார்கள். யாரோ ரெண்டு சின்னப் பையன்கள் சொல்கிறார்களே என்று அவர்கள் தங்களுடைய பாதையை மாற்றிக்கொள்ளமாட்டார்கள். 'தம்பிகளா, ஒழுங்கா உங்க வேலையைமட்டும் பாருங்க' என்று சொல்லிவிடுவார்கள்.

சச்சினும் பின்னியும் இந்திய ஈகாமர்ஸ் துறையைக் கூர்ந்து கவனித்தார்கள். அப்போது இங்கே இருந்த ஆன்லைன் விற்பனை நிறுவனங்கள் எவையும் ஒழுங்காகச் செயல்படவில்லை என்பது அவர்களுக்குப் புரிந்தது.

அதனால், இந்திய வாடிக்கையாளர்கள் ஆன்லைன் கடைகளை நம்பவில்லை. அவர்கள் பொருள் வாங்காததால், அவை நஷ்டத்தைச் சந்தித்தன. யாராவது இதைச் சரிசெய்யவேண்டாமா?

'நாம் முயற்சி செய்யலாம்' என்று தீர்மானித்தார்கள் சச்சின் பன்சால், பின்னி பன்சால். இந்தியாவில் ஒரு புதிய ஈகாமர்ஸ் நிறுவனத்தைத் தொடங்க எண்ணினார்கள். அதற்காகத் தங்களுடைய அமேஸான் வேலையை ராஜினாமா செய்யத் தீர்மானித்தார்கள்.

அவர்களுடைய குடும்பங்கள் அதிர்ந்தன. 'உங்களுக்கென்ன பைத்தியம் பிடிச்சிருக்கா?' என்று அதட்டினார்கள். 'ஒழுங்கா இருக்கற வேலையைச் செஞ்சு முன்னேறுற வழியைப் பாருங்க' என்றார்கள்.

சச்சின், பின்னி தங்களுடைய குடும்பத்தினரைச் சம்மதிக்க

எத்தனையோ வழிகளில் பேசிப் பார்த்தார்கள். பலன் இல்லை.

நிறைவாக, ஒரு சமாதானத்தைச் சொல்லி அவர்களைச் சரிக்கட்டினார்கள், 'கொஞ்சநாள் இந்தக் கம்பெனியை நடத்திப் பார்க்கறோம். அது சரிப்பட்டு வராட்டி, நிறுத்திட்டு மறுபடி வேலைக்குப் போறோம்.'

இரு குடும்பங்களும் அரைமனத்துடன் சம்மதித்தன. 2007ம் ஆண்டில் அவர்களுடைய புதிய நிறுவனம் தொடங்கப்பட்டது.

நிறுவனத்துக்கு என்ன பெயர் வைக்கலாம் என்று இருவரும் யோசித்தார்கள். அதற்குமுன்னால், இது என்னமாதிரியான நிறுவனம்? இந்த நிறுவனம் ஆன்லைனில் எதை விற்கும்?

எதை வேண்டுமானாலும் விற்கலாம் என்பதுதான் சச்சின், பின்னியின் திட்டம். ஆனால் ஆரம்பத்திலேயே அப்படிச் சொல்வதைவிட, சிறிய அளவில் தொடங்கிப் படிப்படியாக முன்னேறலாம் என்று யோசித்தார்கள்.

அதாவது, நம்மிடம் ஒரு கடை இருக்கிறது. அங்கே பல பொருள்களை விற்கலாம். ஆனால், நம்மால் விற்க இயலுகிறதா, மக்கள் வாங்குகிறார்களா என்று பார்ப்பதற்காக, முதலில் ஒரு சிறிய பொருளைமட்டும் சில பேரிடம் விற்பது. அதில் ஒன்றிரண்டு பிழைகள் வந்தாலும் பரவாயில்லை, கற்றுக்கொள்ளலாம், எல்லாம் ஒழுங்காக அமைந்தபிறகு, பல பொருள்களைச் சேர்த்துக் கடையை விரிவுபடுத்தலாம்.

அந்தப் பொருள், அளவில் சிறியதாக இருக்கலாம், ஆனால் ஒரு குறிப்பிட்ட எண்ணிக்கையிலான மக்கள் அதை விரும்பி வாங்கவேண்டும். அதேசமயம் அது விலை அதிகமாக இருந்துவிடக்கூடாது. எளிதில் மற்றவர்களிடமிருந்து வாங்கி விற்கக்கூடியதாக இருக்கவேண்டும்.

இப்படிப் பல கோணங்களில் யோசித்து, அவர்கள் ஒரு தீர்மானத்துக்கு வந்தார்கள், 'புத்தகங்களை விற்கலாம்!'

புத்தகம் என்பது விலை அதிகமில்லாத பொருள். ஆனால் அதேசமயம் அதைத் தேடி வாங்குகிறவர்கள் பலர் உண்டு.

அவர்களை வைத்து இந்தக் கடையை அமைக்கலாம், வியாபாரம் செய்யலாம், கற்றுக்கொள்ளலாம். பிறகு, மற்ற பொருள்களை விற்கலாம்.

இப்படி அவர்கள் தீர்மானித்ததற்கு இன்னொரு காரணம், அப்போது இந்தியாவில் இருந்த ஆன்லைன் புத்தகக் கடைகள் எல்லாம் மிக மோசமாக இருந்தன. வேண்டிய புத்தகத்தைத் தேடுவதே சிரமம், பெரும்பாலும் அது கிடைக்காது, அப்படியே கிடைத்தாலும் அதற்குப் பணம் செலுத்துவதில் சிரமங்கள், ஒருவழியாகப் பணம் செலுத்தியபிறகும், புத்தகம் எப்போது கைக்கு வரும் என்பது யாருக்கும் தெரியாது. இதனால், மக்கள் கடைக்குச் சென்று புத்தகம் வாங்குவதையே விரும்பினார்கள்.

'இந்தக் குறைகளையெல்லாம் நம்முடைய தளம் மாற்றும்' என்று சச்சினும் பின்னியும் தீர்மானித்தார்கள். 'மிக எளிமையான ஒரு தளம், சுலபமாகப் புத்தகங்களைத் தேடலாம், வாங்கலாம், ஆர்டர் செய்த சில நாள்களில் புத்தகம் வாடிக்கையாளர் கையில் இருக்கவேண்டும். அவர்கள் மறுபடி நம்மைத் தேடி வரவேண்டும். அதுதான் நம்முடைய முதல் இலக்கு. புத்தகப் பிரியர்களை வளைத்தபிறகு, நம் தளத்தில் எதை வேண்டுமானாலும் விற்கலாம், அது இரண்டாவது இலக்கு.'

இப்படித் தீர்மானித்த அவர்கள், தங்களுடைய தளத்துக்கு 'ஃப்ளிப்கார்ட்' என்று பெயர் சூட்டினார்கள். அதாவது, பொருள்களை எடுத்துச் சட்டென்று கூடையில் போட்டு வாங்கலாம் என்கிற அர்த்தம்.

கவனியுங்கள், தளத்தின் பெயரில் 'புத்தகம்' இல்லை. ஃப்ளிப்கார்ட் ஆரம்பத்தில் தன்னை ஒரு புத்தக விற்பனையாளராக அறிமுகப்படுத்திக்கொண்டாலும், அவர்களுடைய நோக்கம் பெரியது. புத்தகம் என்பது அதற்கான முதல் படி.

ஃப்ளிப்கார்ட் இணையதளம் விரைவில் தயாராகிவிட்டது. அதை நிரப்புவதில்தான் பிரச்னை.

ஒரு நிஜக்கடையை நிரப்புவதற்குப் பொருள்கள் தேவை. இணையக் கடையில் பொருள்கள் வேண்டியதில்லை, ஆனால்

அங்கே பொருள்களைப் பட்டியலிடவேண்டும், அதற்குப் பொருள் விற்பவர்களுடைய அனுமதி தேவை.

ஃப்ளிப்கார்ட் எந்தப் பதிப்பாளரைச் சென்று சந்தித்தாலும், 'உங்க கடை எங்கே இருக்கு?' என்றுதான் கேட்டார்கள். 'கடை இல்லைங்க, ஆன்லைன்' என்று சொன்னால் ஒருமாதிரியாகப் பார்த்தார்கள்.

இப்படி ஒவ்வொரு பதிப்பாளரும் ஃப்ளிப்கார்ட்டை வெளியே அனுப்ப, அவர்களும் சளைக்காமல் தொடர்ந்து முயற்சி செய்தார்கள். கஷ்டப்பட்டுச் சில பதிப்பாளர்களை உள்ளே கொண்டுவருவதற்குள் பெண்டு நிமிர்ந்துவிட்டது.

அடுத்த பிரச்னை, இணையத்தில் பணம் செலுத்துவதற்கான வசதி. அதை வங்கிகள் தர மறுத்தன, 'நீங்க ரொம்ப சின்னக் கம்பெனி, உங்களை நம்பி எப்படி இந்த வசதியைத் தர்றது?'

அதையும் ஒருவழியாகச் சமாளித்தபின், வாடிக்கையாளர்களைத் தேடும் பிரச்னை. பலவிதங்களில் வாசகர்களைத் தேடிப் பிடித்து ஃப்ளிப்கார்ட்டைப்பற்றிச் சொன்னார்கள். நிஜப் புத்தகக் கடைகளுக்குச் சென்று, அவற்றின் வாசலில் நின்றபடி, புத்தகங்களை வாங்கிக்கொண்டு வெளியே வருகிறவர்கள் கையில் புக்மார்க்குகளைத் தந்து ஃப்ளிப்கார்ட்டைப் பிரபலப்படுத்தினார்கள்.

படிப்படியாக, ஃப்ளிப்கார்ட் புத்தகம் வாங்குவோர் மத்தியில் பிரபலமானது. இணையத்தில் ஃப்ளிப்கார்ட்டில்தான் எந்தப் புத்தகமும் குறைந்த விலையில் கிடைக்கும் என்ற பெயர் வந்தது. அந்த அளவு தள்ளுபடியை நிஜக் கடைகளால் தர இயலவில்லை.

அதேசமயம், வெறும் விலையை வைத்து அதிக நாள் ஜெயிக்க இயலாது. மற்ற இணையதளங்கள் இன்னும் விலையைக் குறைத்தால் ஃப்ளிப்கார்ட்டின் நிலைமை என்ன ஆகும்?

ஆகவே, ஃப்ளிப்கார்ட் வாடிக்கையாளர் திருப்தியில் கவனம் செலுத்தியது. பணம் செலுத்திய வேகத்தில் புத்தகங்களை வாடிக்கையாளர்களிடம் சேர்த்து 'சபாஷ்' வாங்கியது. அவர்கள்

தங்கள் நண்பர்களிடம் சொல்ல, இந்தப் பேச்சே அவர்களைப் பெரிய நிறுவனமாக்கியது.

இன்றைக்கு, ஃப்ளிப்க்கார்ட் கோடிக்கணக்கான ரூபாய் மதிப்பு கொண்ட ஒரு பெரிய நிறுவனம். முன்பு ஃப்ளிப்க்கார்ட்டை வெளியே அனுப்பிய எல்லாப் பதிப்பாளர்களும் இன்று தங்களுடைய புத்தகங்களை அங்கே விற்கிறார்கள், முன்பு அவர்களை ஏற்க மறுத்த வங்கிகள் எல்லாம் அங்கே பணம் செலுத்தும் வசதியைத் தருகின்றன, இப்போது அங்கே புத்தகங்கள் தொடங்கி தொலைக்காட்சிவரை சகலமும் விற்கப்படுகின்றன. ஒவ்வொரு நொடியும் நூற்றுக்கணக்கான பொருள்களை மக்கள் வாங்குகிறார்கள். அதிவேகமாக வளர்ந்துவரும் இந்திய ஈகாமர்ஸின் வெற்றி அடையாளம் ஃப்ளிப்க்கார்ட்டான்.

அமேஸானும் இப்போது களத்தில் குதித்திருக்கிறது. ஆனால், தங்களுடைய பழைய ஊழியர்களான சச்சின், பின்னியின் ஃப்ளிப்க்கார்ட்டைப் பிடிப்பதற்கு அவர்கள் நிறையப் போராடவேண்டும்.

அதற்குள், ஃப்ளிப்க்கார்ட் இன்னும் முன்னேறிச் சென்றிருக்கும். இந்திய மார்க்கெட்டை சச்சினும் பின்னியும் புரிந்துகொண்டிருக்கும் விதமும் தொழில்நுட்பத்தின்மீது அவர்கள் வைத்திருக்கும் நம்பிக்கையும்தான் காரணம்!

4

அது ஒரு மிகப் பெரிய நிறுவனம். வேலைக்கு ஆள் தேவை என்று விளம்பரம் கொடுத்திருந்தார்கள்.

எதேச்சையாக அந்த விளம்பரத்தைப் பார்த்த சுதாவுக்கு, அதிலிருந்த ஒரு வரி மிகவும் உறுத்தியது: ஆண்கள்மட்டும் விண்ணப்பிக்கவும்!

அது என்னதான் பெரிய அப்பாடக்கர் வேலையாக இருக்கட்டுமே. ஆண்கள்மட்டும் விண்ணப்பிக்கவேண்டும் என்று விளம்பரத்திலேயே போடுவது எந்த விதத்தில் நியாயம்? பெண்களால் அந்த வேலையைச் செய்ய இயலாது என்று இவர்களே தீர்மானித்துவிடுவதா? சுதா கொதித்தார்.

இத்தனைக்கும் அந்த வேலைக்கு விண்ணப்பிக்கவேண்டும் என்ற எண்ணமே சுதாவுக்கு இல்லை. அவர் மேற்படிப்புக்காக வெளிநாடு செல்லத் திட்டமிட்டிருந்தார்.

ஆனாலும், அந்தப் பெரிய நிறுவனத்தை அவர் விடுவதாக இல்லை. அவர்களை உடனடியாகத் தொடர்புகொண்டு 'இந்த விளம்பரம் நியாயமானதல்ல' என்று கோபமாகச் சொன்னார். 'பெண்களை நீங்கள் ஏன் ஒதுக்குகிறீர்கள்? அவர்களுக்குத் தகுதியிருந்தால், நியாயமான வாய்ப்பைத் தருவதில் உங்களுக்கு என்ன சங்கடம்?'

அவர்கள் எதார்த்தமான பதிலைச் சொன்னார்கள், 'இந்த வேலை பெண்களுக்குச் சரிப்படாது!'

'ஏன் அப்படி?'

'இங்கே இருக்கிற எல்லாரும் ஆண்கள்தான், ராத்திரி, பகல் என்று கண்ட நேரத்தில் வேலை பார்க்கவேண்டியிருக்கும், ஆகவே, பெண்கள் இந்த வேலைக்கு வர விருப்பப்படுவதில்லை.'

அது சரி, ஆனால் பெண்கள் வருவதா வேண்டாமா என்பதை அவர்களல்லவா தீர்மானிக்கவேண்டும்? இன்றைக்கு அங்கே பெண்கள் யாரும் இல்லை என்பதால் இனிமேல் யாரும் வரமாட்டார்கள் என்று நினைத்துவிடுவதா? எல்லாரையும் விண்ணப்பிக்கச் சொல்லுங்கள், பெண்கள் ஒருவேளை விண்ணப்பித்தால், அவர்களுடைய திறமையைப் பரிசோதித்துப் பார்த்துத் தேர்ந்தெடுங்கள், அல்லது நிராகரித்துவிடுங்கள். அதையெல்லாம் விட்டுவிட்டு விளம்பரத்திலேயே பெண்கள் கூடாது என்றால் என்ன நியாயம்?

இப்படி ஒரு பெண் ஆவேசமாகக் கேள்வி கேட்பார் என்று அந்தப் பெரிய நிறுவனம் எதிர்பார்த்திருக்காது. சொல்லப்போனால் பெண்கள் இந்த வேலைக்கு விண்ணப்பிப்பார்கள் என்று அவர்கள் கற்பனைகூடச் செய்ததில்லை.

ஆனால் இந்தப் பெண் ஆர்வமாக இருக்கிறார், ஒரு முயற்சி செய்துதான் பார்ப்போமே!

அவர்கள் சுதாவை நேர்முகத்தேர்வுக்கு வரச்சொன்னார்கள். அந்த வேலையில் சேரும் எண்ணம் இல்லாவிட்டாலும், வீம்புக்காகவே அவர் கிளம்பிச் சென்றார்.

கல்லூரியில் அவர் பிரமாதமான மதிப்பெண் வாங்கியிருந்தார், நேர்முகத்தேர்வில் அவர்கள் கேட்ட கேள்விகளுக்கெல்லாம் நன்கு பதில் சொன்னார். அவருக்கு வேலை கிடைத்துவிட்டது.

இப்போது சுதாவுடைய நிலைமை மிகவும் தர்மசங்கடமாகிவிட்டது. அந்த நிறுவனத்தின் சரித்திரத்திலேயே முதன்முறையாக ஒரு பெண்ணுக்கு வேலை கிடைத்திருக்கிறது.

ஆனால், அவருக்கு அந்த வேலையில் சேரச் சுத்தமாக ஆர்வம் இல்லை. முன்பே திட்டமிட்டபடி மேற்படிப்புக்காக வெளிநாடு செல்வதா? அல்லது, போராடிப் பெற்ற வெற்றி என்பதற்காக இந்த வேலையில் சேர்வதா?

சுதா தன்னுடைய தந்தையிடம் பேசினார். 'அப்பா, நான் படிக்க விரும்பறேன். ஆனா, இந்தப் பெரிய நிறுவனத்தில எதேச்சையா எனக்கு வேலை கிடைச்சிருக்கு. இப்போ நான் இதை ஏத்துக்கட்டுமா? வேண்டாமா?'

அவருடைய தந்தை ஒரே ஒரு விஷயம்தான் சொன்னார், 'பெண்கள் இந்த வேலையில சேரமாட்டாங்கன்னு நினைச்சுத்தான் அவங்க விளம்பரத்துலயே ஆண்கள்மட்டும் விண்ணப்பிக்கணும்னு போட்டாங்க. நீ அதை எதிர்த்துச் சண்டை போட்டே, நல்ல விஷயம்தான். ஆனா, இப்போ வேலை கிடைச்சப்புறம் நீயும் இதை மறுத்தேன்னா, அவங்க என்ன நினைப்பாங்க? நீ நிஜமாவே படிக்கறதுக்காக வேலையை மறுக்கறியா, அல்லது, மத்த பெண்கள்மாதிரி இந்த வேலை பெண்களுக்குச் சரிப்படாதுன்னு நினைக்கறியான்னு அவங்களுக்குச் சந்தேகம் வருமில்லையா? நாளைக்கு அவங்க இன்னொரு பெண்ணை இதே வேலைக்குத் தேர்ந்தெடுக்கமுடியாதபடி நீயே தடுக்கலாமா?'

'அதுக்குப்பதிலா, நீ இங்கே வேலைக்குச் சேர்ந்தா, ஆண்கள்மட்டும் செஞ்சுகிட்டிருந்த இந்த வேலையைப் பெண்களும் செய்யலாம்ன்னு அவங்களுக்கு நிரூபிக்கலாம், அதன்மூலமா பின்னாடி இதே நிறுவனத்துல இன்னும் நிறையப் பெண்கள் சேரலாம், அதுக்கு நீ ஒரு காரணமா இருப்பே, இல்லாட்டி, அது எப்பவும் ஆண்கள்மட்டும் வேலை செய்யற நிறுவனமாதான் இருக்கும். இதுக்குமேல உன் இஷ்டம்!'

சுதா யோசித்தார், தந்தை சொல்வதுதான் சரியாகத் தோன்றியது. பெண்களால் இயலாத வேலை, தொழிற்சாலை என்பது பெண்களுக்குப் பொருந்தாத இடம் என்பதுபோன்ற நம்பிக்கைகளை மாற்றவேண்டும் என்கிற ஒரே காரணத்துக்காகத் தன்னுடைய படிப்பு எண்ணத்தைத் தள்ளிவைத்துவிட்டு அந்த வேலையில் சேர்ந்தார்.

அவரது வாழ்க்கையில் அது ஒரு மகத்தான தொடக்கம். தனக்காகமட்டுமின்றி, ஒட்டுமொத்தமாக எல்லாருக்காகவும் சிந்திக்கவேண்டும் என்று அவர் தெரிந்துகொண்ட நாள்.

அன்று தொடங்கி அவர் தொழில்துறையில் பெண்களுக்கான இடம்பற்றித் தொடர்ந்து பேசியும் எழுதியும் செயல்பட்டும் வருகிறார். பின்னாளில் அவர் 'சுதா மூர்த்தி'யானபோது, அவர் ஏற்றுக்கொண்ட அனைத்துப் பொறுப்புகளிலும் மகளிர்நலம், சமூகசேவை போன்றவை முதன்மையாக அமைந்தன. அவர் தலைவராகப் பணியாற்றும் இன்ஃபோசிஸ் அறக்கட்டளையும், இளைஞர்களுக்கும் பெண்களுக்குமான அவரது கதை, கட்டுரைகளும் இதனை முக்கியப்பொருளாகப் பேசுகின்றன, ஏராளமானோரை ஆண், பெண் சமத்துவம், சமூக ஏற்றத்தாழ்வுகளைச் சரிசெய்தல் ஆகியவற்றுக்காக உறுதிகொள்ளவும் பணியாற்றவும் தூண்டுகின்றன!

5

ஒரு கண்டுபிடிப்பாளரை மெக்கானிக்போலவா நடத்துவது?

ஐசக் சிங்கர் செம கடுப்பில் இருந்தார். அவர் கண்டுபிடித்த மரம் வெட்டும் இயந்திரம் மார்க்கெட்டில் விலைபோகவில்லை. அடுத்து என்ன செய்வது என்று புரியாமல் அவர் தவித்துக்கொண்டிருந்த நேரம் அது.

அவருடைய நண்பர் ஒருவர், 'பய சும்மாதானே இருக்கான்' என்று நினைத்தாரோ என்னவோ, தன்னிடம் ரிப்பேருக்கு வந்த தையல் இயந்திரங்களை அவரிடம் கொடுத்தார் 'இதையெல்லாம் எதாவது செய்யமுடியுமான்னு பாருங்க.'

அன்றைக்குத் தையல் பணிகள் பெரும்பாலும் கையாலேயே செய்யப்பட்டுவந்தன. ஆகவே, மிகவும் மெதுவாகத்தான் வேலை நடக்கும். ஓர் ஆடையை தைப்பதற்குப் பல நாள்கூட ஆகிவிடும்.

சிலர் இந்த வேலையை வேகப்படுத்தலாம் என்று நினைத்து இயந்திரங்களைக் கண்டுபிடித்தார்கள். ஆனால், அந்த இயந்திரங்கள் உதவி செய்வதற்குப் பதிலாகத் தொல்லைகளைத்தான் கொண்டுவந்தன. 'இதுல தைக்கறதுக்குப் பேசாம கையிலயே தைச்சுட்டுப்போகலாம்' என்று மக்கள் எண்ணத் தொடங்கினார்கள்.

காரணம், அந்த இயந்திரங்கள் அடிக்கடி பழுதாகிக் கொண்டிருந்தன. அவற்றைப் பழுதுபார்த்தாலும், சில நாள்களுக்குள் இன்னொரு பிரச்னை முளைக்கும். ஆகவே, இயந்திரங்கள் வீட்டில் இருந்ததைவிட ரிப்பேர் கடையில்தான் அதிக நாள் கிடக்கும்.

இன்னொரு பிரச்னை, அன்றைக்குத் தையல் வேலை செய்துகொண்டிருந்தவர்கள் பெரும்பாலும் தையல்கள், அதாவது பெண்கள். அவர்களுக்கு இயந்திரங்களை இயக்குவதெல்லாம் சிரமமாக இருந்தது. 'எனக்கு ஊசியும் நூலும் என் கையும் போதும்' என்றார்கள்.

ஆகவே தையல் இயந்திரங்கள் எதிர்பார்த்ததுபோல் ஹிட் ஆகவில்லை. அவற்றைத் தயாரித்தவர்கள் செய்வதறியாது விழித்துக்கொண்டிருந்தார்கள்.

தன்னிடம் ரிப்பேருக்கு வந்த தையல் இயந்திரங்களை நோட்டமிட்டார் ஐசக் சிங்கர், 'இதெல்லாம் எதுக்காக?' என்றார்.

'பெண்கள் வேகமாத் தைக்கறதுக்காகத்தான்!'

வாய்விட்டுச் சிரித்தார் அவர், 'ஏன்ய்யா, இந்தப் பொம்பளைங்க பேசாம இருக்கிற ஒரே நேரம் துணி தைக்கும்போதுதான், அவங்களுக்கு வசதியா தையல் மெஷினை உருவாக்கிக் கொடுத்திட்டா டக்குன்னு தெச்சு முடிச்சுட்டு நாள்முழுக்கப் பேசிக்கிட்டிருப்பாங்க. இல்லன்னா ஷாப்பிங் போய் நம்ம காசப் பிடுங்குவாங்க. இந்தத் தையல் மெஷின்லாம் உலகத்துக்கு ஆபத்துய்யா!'

வெளியே கேலியாகப் பேசினாலும் அவருக்குள் இருந்த கண்டுபிடிப்பாளருக்கு இந்தச் சவால் பிடித்திருந்தது. அப்போது சந்தையில் இருந்த தையல் மெஷின்களையெல்லாம் ஆராயத் தொடங்கினார். அவற்றில் என்னென்ன பிரச்னை, ஏன் அவை சரியாக இயங்கமறுக்கின்றன, ஏன் அடிக்கடி பழுதாகின்றன, முக்கியமாக பெண்கள் எளிதில் பயன்படுத்தும் அளவுக்கு அந்தத் தையல் மெஷின்களை மாற்றுவது எப்படி என்றெல்லாம் ஐசக் சிங்கர் தீவிரமாக ஆராய்ந்தார். இந்தச் சிந்தனைகளின்

அடிப்படையில், அவரே ஒரு தையல் இயந்திரத்தை உருவாக்கினார்.

இந்த இயந்திரத்தை யார் வேண்டுமோனாலும் மிக எளிதில் பயன்படுத்தலாம், விரைவாகத் தைக்கும், நம்பகமாகத் தொடர்ந்து இயங்கும், அடிக்கடி ரிப்பேர் ஆகித் தொல்லை தராது. அரை நாள் தைக்கிற ஆடையை அரை மணி நேரத்தில் அடித்துத் தள்ளிவிடும்.

இதைக் கண்டு குஷியான ஐசக் சிங்கர் தனது தையல் இயந்திரங்களை எல்லாரும் பயன்படுத்தலாம், குறிப்பாகப் பெண்கள் இதனை எளிதில் உபயோகப்படுத்தி விரைவாகத் தைக்கலாம் என்பதை ஊர்முழுக்க விளம்பரப்படுத்தினார். அதுவரை 'தையலுக்கு இயந்திரம் எதற்கு? கையால் தைப்பதுபோல் வருமா?' என்று பேசிக்கொண்டிருந்த பெண்கள்கூட 'எனக்கு ஒரு தையல் மெஷின் வாங்கிக்கொடுங்க' என்று கணவரைத் தொல்லை பண்ண ஆரம்பித்தார்கள்.

ஒரு வேலையைச் செய்வதற்கு நம் மனம் அதில் ஊன்றவேண்டும் என்பார்கள். 'தைக்கிறதுக்கு ஒரு மெஷினா' என்று கேலியுடன் ஐசக் சிங்கர் இந்த ஆராய்ச்சியில் இறங்கினாலும்கூட, அந்த அரைமன முயற்சியே ஒரு மிகப் பெரிய புரட்சிக்குக் காரணமாகிவிட்டது. தைக்கிறவர்கள் குறைந்த நேரத்தில் நிறைய தைக்க இயன்றது, பல புதிய ரக ஆடைகள் அறிமுகமாகின, மனிதன் இன்னும் நாகரிகமாக உடுத்தத் தொடங்கினான், இன்றைக்குப் பன்னாட்டு ஆடைகள் நமக்கு உடனுக்குடன், கட்டுப்படியாகிற விலையில் கிடைக்கின்றன என்றால், அத்தனைக்கும் அடிப்படை ஐசக் சிங்கர் செய்த 'மெக்கானிக்' வேலைதான். அவர் அதை இழிவு என்று நினைத்து 'நான் வேற எதையாவது புதுசாக் கண்டுபிடிக்கறேன்' என்று கிளம்பியிருந்தால், இன்றைக்கு அவருடைய பெயர்கூட நமக்குத் தெரிந்திருக்காது.

அவர் தையல் மெஷினைக் கண்டுபிடிக்கவில்லை. ஆனால், மற்றவர்கள் திகைப்போடு பார்த்துக்கொண்டிருந்த ஒரு பிரச்னையைச் சரிசெய்து, அதை ஒரு பயனுள்ள கண்டுபிடிப்பாக

மாற்றி, சரியாக மார்க்கெட்டிங் செய்து வெற்றி பெற அவருக்குத் தெரிந்திருந்தது!

ஆக, நமக்குப் புதிதாகக் கண்டுபிடிக்கத் தெரியாவிட்டால்கூடப் பரவாயில்லை, ஏற்கெனவே உள்ள பெரிய பிரச்னைகளை அடையாளம் கண்டு அவற்றுக்குத் தீர்வு கண்டுபிடித்தால் போதும், வெற்றி தேடி வரும்!

நம்மைச்சுற்றிப் பிரச்னைகளுக்கா குறைச்சல், தீர்க்கத்தெரிந்தவன் பிழைப்பான்!

6

நீங்கள் ஓர் ஆடை உற்பத்தி நிறுவனம் வைத்திருக்கிறீர்கள். உங்களுடைய ஆடைகள் நன்றாக விற்பனையாகின்றன, நல்ல லாபமும் வருகிறது. அப்போது உங்களுடைய உணர்வுகள் எப்படி இருக்கும்?

'ஹையா ஜாலி!' என்று நினைத்தீர்களானால், நீங்கள் ஒரு சராசரியான தொழிலதிபர் என்று அர்த்தம். இந்த வெற்றி, இந்த லாபம் போதாது, இதை இன்னும் பலமடங்காகப் பெருக்குவது எப்படி என்று சிந்திக்க ஆரம்பித்தால்தான் நீங்கள் பெரிய தொழிலதிபர் ஆவீர்கள்.

திருபாய் அம்பானி அப்படித்தான் யோசித்துக்கொண்டிருந்தார்.

அவர் தொடங்கிய ஆடைத் தயாரிப்பு நிறுவனம் இந்தியாவில் பெரிய வெற்றியடைந்திருந்தது. விற்பனை பிரமாதம், லாபமும் பிரமாதம்.

ஆனால், அம்பானி அடுத்த கட்டத்துக்கு நகர விரும்பினார். லாபம் இன்னும் அதிகரிக்கவேண்டும், அதை வைத்து உற்பத்தியைப் பெருக்கவேண்டும், நிறுவனத்தைப் பெரிதாக்கவேண்டும் என்று எண்ணினார்.

அதற்கு இரண்டு வழிகள்: ஒன்று, ஆடை விற்பனையை மேலும் அதிகப்படுத்தவேண்டும். இன்னொன்று, ஆடைக்கான உற்பத்திச் செலவுகளைக் குறைக்கவேண்டும். ஐம்பது ரூபாய் விற்பனையை நூறு ரூபாய் ஆக்கினாலும் லாபம் வரும், முப்பது ரூபாய்ச் செலவை இருபது ரூபாயாகக் குறைத்தாலும் லாபம் வருமல்லவா?

ஒருபக்கம் விற்பனையைப் பெருக்குவதற்கான முயற்சிகள் நடந்துகொண்டிருக்க, இன்னொருபக்கம் எந்தெந்த வழிகளில் செலவுகளைக் கட்டுப்படுத்தலாம், குறைந்த செலவில் நிறைய ஆடைகளை உற்பத்தி செய்து லாபத்தைப் பெருக்கலாம் என்ற சிந்தனை அம்பானிக்குள் ஓடிக்கொண்டிருந்தது.

இதுபற்றிச் சிந்தித்தபோது அவருக்கு ஒரு விஷயம் தெளிவாகப் புரிந்தது, ஆடை உற்பத்தியின் மிகப்பெரிய செலவே அதற்கான மூலப்பொருள்கள்தான்!

இந்த மூலப்பொருள்களை நீங்கள் வேறு யாரிடமிருந்தாவது வாங்கினால், அவர்கள் வைப்பதுதான் விலை, இன்றைக்கு 5 ரூபாய் விலை சொல்கிறவன் நாளைக்கு 7 ரூபாய் விலை சொன்னால், உங்களுடைய செலவுகள் அதிகரிக்கும். ஆகவே நீங்கள் உற்பத்தி செய்கிற ஆடைகளின் விலையையும் அதிகரிக்கவேண்டும்.

இந்தியாவைப்பொறுத்தவரை ஏழை, நடுத்தர மக்கள்தான் அதிகம். அவர்களுக்குக் குறைந்த விலையில் ஆடைகளைக் கொடுத்தால்தான் வாங்குவார்கள், விலை அதிகமானால் அவர்கள் வாங்காமல் விட்டுவிடுவார்கள், அல்லது போட்டி நிறுவனத்தின் பொருள்களை வாங்கத் தொடங்கிவிடுவார்கள். அதனால் விற்பனை குறையும்.

ஆக, மூலப்பொருள் விலை அதிகரித்தால், ஆடையின் விலை அதிகரிக்கும், விற்பனை குறையும், லாபம் குறையும், மூலப்பொருள் விலையைக் குறைத்தால், ஆடையின் விலை குறையும், விற்பனை பெருகும், லாபமும் பலமடங்காகும்.

ஆனால், மூலப்பொருள்களின் விலையை எப்படிக் குறைப்பது?

அந்த மூலப்பொருளை உற்பத்தி செய்கிறவன்தானே அதைத் தீர்மானிப்பான்?

எவனோ ஒருவனை நம்பியிருந்தால்தானே இந்தப் பிரச்னை? பேசாமல் அந்த மூலப்பொருள்களையும் நாமே உற்பத்தி செய்துவிட்டால் என்ன?

மேலாண்மை நிபுணர்கள் இதை *Backward Integration* என்பார்கள். அம்பானி அதையெல்லாம் யோசித்திருக்கமாட்டார், அவரைப்பொறுத்தவரை தன்னுடைய தொழில் முழுமையாகத் தன் கட்டுப்பாட்டில் இருக்கவேண்டும். இன்னொருவன் தயாரிக்கிற மூலப்பொருளை வைத்து, அதன் விலையை வைத்துத் தன்னுடைய தயாரிப்பின் விலையைத் தீர்மானிப்பது அவருக்கு பிடிக்கவில்லை. கட்டுப்பாடுமுழுவதும் தன்னிடம் இருக்கவேண்டும் என்று நினைத்தார். அப்போதுதான் தன்னால் லாபத்தைப் பெருக்க இயலும் என்று நம்பினார்.

ஆனால், இது நாம் நினைப்பதுபோல் அத்தனை சுலபமில்லை. ஆடைத் தயாரிப்பில் அனுபவம் பெற்ற ஒரு நிறுவனத்துக்கு, மூலப்பொருள்களின் தயாரிப்பில் ஒன்றுமே தெரியாது, புதிதாகக் கற்றுக்கொண்டுதான் ஜெயிக்கவேண்டும்.

அம்பானி உழைக்கத் தயாராக இருந்தார், தன்னுடைய ஆடைத் தயாரிப்புக்கான மூலப்பொருள்களைத் தானே துணிந்து தயாரிக்கத் தொடங்கினார். டீக்கடைக்காரர் பால் செலவைக் கட்டுப்படுத்துவதற்காகத் தானே மாடு வாங்கி வளர்ப்பதுபோல!

இந்த மாற்றம், ஒரு புதிய தொடக்கமாக அமைந்தது. முதலில் ஆடைத் தயாரிப்புக்கான மூலப்பொருள்களைத் தயாரிக்க ஆரம்பித்த அம்பானி, பிறகு அந்த மூலப்பொருள்களுக்கு தேவையான மூலப்பொருள்களையும் தானே தயாரித்தால் என்ன என்று யோசித்தார். இப்படியே பின்னே பின்னே பின்னே சென்று ஒரு கட்டத்தில் ஆடை தயாரிப்புமுழுவதும் அவருடைய கட்டுப்பாட்டில் வந்தது.

இதன் அர்த்தம், ஓர் ஆடையை மற்றவர்கள் 15 ரூபாய்க்கு உற்பத்தி செய்தால், மொத்தத்தையும் தானே தயாரிக்கிற அம்பானியால் அதே ஆடையை 8 ரூபாய்க்கு அல்லது அதைவிடக் குறைவாகவே உற்பத்தி செய்ய இயலும். ஆகவே, மற்றவர்கள் அதைப் பத்து ரூபாய் லாபம் வைத்து இருபத்தைந்து ரூபாய்க்கு விற்றால், இவர் பன்னிரண்டு ரூபாய் லாபம் வைத்து இருபது ரூபாய்க்கே விற்கலாம், விலை குறைவு என்று மக்களும் இவரிடமே வாங்குவார்கள், லாபமும் அதிகம்!

இந்த நுட்பத்தை மிக நன்றாகப் புரிந்துகொண்ட அம்பானி அதனைச் சிறப்பாக பயன்படுத்தித் தன்னுடைய தொழிலைப் பலமடங்கு பெரிதுபடுத்தினார். ரிலையன்ஸ் என்கிற மாபெரும் பிஸினஸ் சாம்ராஜ்யம், இப்படி ஓர் எளிய 'ஒரு ஸ்டெப் பின்னால போனா என்ன?' என்கிற சிந்தனையில் உருவானதுதான்.

7

பாரதியின் முக்கியமான முகம், சுதந்திர உணர்வைத் தூண்டும் பாடல்கள் என்றால், அதற்கு இணையான முக்கியத்துவம் வாய்ந்த இன்னொருமுகம், சமூக விழிப்புணர்வுப் பாடல்கள்.

இந்த விஷயத்தில், அவர் தனக்குமுன் எழுதிய பெரும்பாலான கவிஞர்களை விஞ்சி நின்றார். படைப்பாளியாகவும் பத்திரிகையாளராகவும் நிறைய உலக இலக்கியங்களைப் படித்து, சமகாலச் செய்திகள், வெளிநாட்டு அரசியல், சமூக விஷயங்களை அறிந்திருந்ததாலோ என்னவோ, அவருக்குத் தன்னுடைய சமூகம் இன்னும் பிற்பட்டநிலையில் இருக்கிறதே என்ற ஆதங்கம் அதிகமாக இருந்தது. தன்னுடைய பாடல்களில் அதை எளிமையாகச் சொல்லித் திருத்தினார்.

குறிப்பாக, பெண் விடுதலைபற்றிய அவரது பாடல்கள் மிக முக்கியமானவை. இன்றைக்கும் பெண்களுக்குச் சமஉரிமை என்பது கேள்விக்குறியாகவே இருக்கிறது என்றால், அன்றைக்குப் பாரதி அதைச் சொன்னபோது சுற்றியிருக்கிறவர்கள் அவரை எப்படிப் பார்த்திருப்பார்கள் என்று ஊகிக்கலாம்.

ஆனால், பலரும் அறியாத விஷயம், பாரதியும் இந்தச் சமுதாயத்தின் பார்வையில் சிக்கி, பெண்களை ஒரு மாற்றுக்

குறைவாக எண்ணிக்கொண்டிருந்தவர்தான். தன்னையும் அறியாமல் அவர் செய்த இந்தத் தவறை, அவர் மிகவும் மதித்த ஒரு தலைவி சுட்டிக்காட்டியபோது, அவருடைய பார்வை மாறியது, ஒரு புதிய முனைப்போடு அந்தச் செய்தியைத் தமிழர்களுக்குச் சொல்லத் தொடங்கினார் அவர்.

அந்தத் தலைவி, நிவேதிதா தேவி.

ஒரு கூட்டத்தில் கலந்துகொள்வதற்காக வடக்கே சென்றிருந்தார் பாரதியார். ஊர் திரும்புமுன் கொல்கத்தாவில் சில நாள் இருந்து சுற்றிப்பார்க்க எண்ணினார்.

அங்கேதான் சகோதரி நிவேதிதாவைச் சந்தித்தார் பாரதியார்.

மிகச் சிறந்த சமூகசேவகி, சிந்தனையாளரான நிவேதிதாவைச் சந்திப்பதில் பாரதியாருக்கு மிகவும் மகிழ்ச்சி. அவருடன் அன்பாகவும் மரியாதையாகவும் பல விஷயங்களைப் பேசிக்கொண்டிருந்தார்.

பேச்சுவாக்கில், 'உங்களுக்குத் திருமணமாகிவிட்டதா?' என்று கேட்டார் நிவேதிதா தேவி.

'ஆகிவிட்டது.'

'உங்கள் மனைவி எங்கே?'

'அழைத்துவரவில்லை'

'ஏன்?'

'பொதுவாக மனைவியை வெளியிடங்களுக்கு அழைத்துச்செல்லும் வழக்கம் எங்கள் ஊரில் இன்னும் வரவில்லை' என்றார் பாரதியார், 'அதிலும் குறிப்பாக, இதுபோன்ற அரசியல் கூட்டங்களுக்கு வந்து அவள் என்ன செய்யப்போகிறாள்?'

பாரதியார் நிச்சயம் பெண்களை அவமானப்படுத்துகிறவர் அல்லர். அதேசமயம், அன்றைய பொதுவான வழக்கம் அப்படி இருந்ததால், இதை அவர் ஒரு பொருட்டாகக் கருதவில்லை, இப்படி எண்ணுவதன்மூலம் பெண்கள் வீட்டுக்குள் முடக்கப்படுவதை அவர் உணரவில்லை.

இதைக் கேட்ட நிவேதிதா தேவியின் முகத்தில் சினம் தெரிந்தது. பாரதியார் போன்ற ஒரு நல்ல கவிஞர், முற்போக்குச் சிந்தனையாளரே இப்படிப் பேசினால், சாதாரண ஆண்களெல்லாம் பெண்களை எப்படி நடத்துவார்கள் என்று எண்ணும்போது அவருக்கு மிகவும் வேதனையாக இருந்தது.

'நாட்டு விடுதலைக்குமட்டும் உழைத்தால் போதுமா? அதில் சரிபாதி இருக்கிற பெண்கள் விடுதலை பெறவேண்டாமா?' என்று நேரடியாகவே பாரதியைக் கேட்டார் நிவேதிதா, 'உங்களது மனைவிக்கே உங்களால் சுதந்திரம் பெற்றுத்தர இயலவில்லை, நாட்டுக்கு எப்படிச் சுதந்திரம் பெற்றுத்தருவீர்கள்?'

பாரதியாருக்குத் தூக்கிவாரிப்போட்டிருக்கும். நிவேதிதா சொல்வதில் இருக்கும் நியாயத்தைப் புரிந்துகொண்ட அவர், எல்லாவற்றையும் பொறுமையாகக் கேட்டுக்கொண்டிருந்தார். அவர் மனம் நிவேதிதாவைத் தனது குருநாதராகவே மதிக்கத்தொடங்கியிருந்தது.

'பெண்ணுக்கும் ஆணுக்கும் ஏன் வித்தியாசம் பார்க்கவேண்டும்?' என்று ஆதங்கத்துடன் கேட்டார் நிவேதிதா, 'அவர்களுக்குச் சம உரிமை கொடுக்காமல், படிக்கவைக்காமல் பூட்டிவைத்தால் அந்தச் சமூகம் எப்படி முன்னேறும்? நாம் நாகரிகம் பெற்றவர்கள் என்பது உண்மையானால், பெண்களைக் கட்டுப்படுத்திவைக்கலாமா?'

நிவேதிதா பேசப்பேச, பாரதியாருக்குக் கண் திறந்தாற் போலிருந்தது. சமூகத்திற்காகப் போராடும் நாம், அதில் ஓர் அங்கமான பெண்களின் உரிமையை நினைக்கவில்லையே என்று எண்ணினார். இந்த உண்மையைத் தமக்கு எடுத்துரைத்த நிவேதிதாவைத் தன் மனத்து இருளைப் போக்க வந்த சூரியன் என்று போற்றினார்.

'இனி, மனைவியை உங்கள் வலதுகைபோல் எண்ணுங்கள், உங்களுக்குச் சமமாக அவளை நடத்துங்கள்!' என்று பாரதியாருக்கு ஆசி வழங்கினார் நிவேதிதா.

அதன்பிறகு, அந்த எண்ணம் பாரதியாரின் சிந்தனையில்

கலந்துவிட்டது. தன் மனைவி, குடும்பத்தினர் என்றில்லாமல், எல்லாப் பெண்களுக்காகவும் பாடவும் எழுதவும் தொடங்கினார். அவர் தொடங்கிவைத்த மகளிர் முன்னேற்றப் புரட்சிதான் அடுத்தடுத்த தலைமுறைகளில் மேலும் வேகம் பெற்றுப் பெண்ணுரிமைகள் பாதுகாக்கப்படும் நிலையை விரைவாக்கியது!

8

ஒரு மிகப் பெரிய நடிகர். ஆனால், தொடர்ந்து ஐந்து வருடங்களுக்கு அவருடைய படங்கள் ஒன்றுகூட வெளியாகவில்லை, என்ன ஆகும்?

ஐந்து வருடமாவது? ஐந்து மாதம் சும்மா இருந்தாலே அந்த சீட் அடுத்தவருக்குச் சென்றுவிடுகிற உலகம் இது! ஐந்து வருடமெல்லாம் லீவ் போட்டால் ரசிகர்கள் அவரைச் சுத்தமாக மறந்துவிடுவார்கள்!

அதுதான் இல்லை, அந்த ஐந்து வருட ப்ரேக்குக்குப் பிறகுதான் அந்த நடிகர் இன்னும் பெரிய பிரபலமானார், பணமும் புகழும் விருதுகளும் அவர் வீட்டு வாசலுக்கே வந்தன, இந்த வயதிலும் செம பிஸியாக நடித்துக்கொண்டிருக்கிறார்.

அமிதாப் பச்சனின் வாழ்க்கையை 1992க்குமுன், 2000க்குப் பின் என்று இரண்டு பிரிவுகளாகச் சொல்லலாம். நடுவில் கிட்டத்தட்ட எட்டு வருடங்கள் அவர் அநேகமாக நடிக்கவே இல்லை, நடித்தவை எவையும் எடுபடவில்லை. கம்பெனி ஆரம்பிக்கிறேன், படம் தயாரிக்கிறேன் என்று ஏதேதோ முயன்றுபார்த்தார், ஒன்றும் சரிப்படவில்லை.

யோசித்துப்பாருங்கள், அத்தனை பெரிய நட்சத்திரத்துக்கு இது எப்பேர்ப்பட்ட அவமானமாக இருந்திருக்கும். அதற்குமுன்னால் அவர் கைவைத்ததெல்லாம் வெற்றி, இந்திய இளைஞர்கள் தங்களுடைய பிம்பமாகவே அவரைப் பார்த்தார்கள், வருடத்துக்கு ஐந்தாறு படங்களெல்லாம் சர்வசாதாரணமாக நடித்துக்கொண்டிருந்தார், மக்களும் அமிதாபைத் திரையில் சலிக்காமல் பார்த்துக்கொண்டிருந்தார்கள்.

நடுவில் என்ன ஆனதோ, திடீரென்று ஒரு சரிவு. வெளியே தலைகாட்ட இயலாத சூழல்.

அப்போது அமிதாபுக்கு வயது ஐம்பதைத் தாண்டிவிட்டது. ஆனால், 'ஹீரோ'க்களுக்கு இதெல்லாம் ஒரு வயதா?

மறுபடி ஜெயித்துவிடலாம் என்ற நம்பிக்கையில் அமிதாப் ஏதேதோ செய்துபார்த்தார். பழைய வெற்றி கிடைக்கவே இல்லை. காரணம், சினிமா ரொம்ப மாறிவிட்டது என்பது அவருக்குப் புரியவில்லை, அப்படியே புரிந்தாலும், அதில் தன்னுடைய இடம் என்ன என்பது விளங்கவில்லை.

இந்த நேரத்தில்தான், ஷாருக் கான் படமொன்றில் அவருக்கு ஒரு கதாபாத்திரம் கிடைத்தது. அதுவும் வயதான கதாபாத்திரம்.

இன்னொருவராக இருந்தால் இமேஜை நினைத்து மறுத்திருப்பார்கள். அமிதாபின் அப்போதைய நிதிநிலைமைதான் காரணமோ என்னவோ, ஒப்புக்கொண்டுவிட்டார்.

என்னதான் வரிசையாக ஃப்ளாப்கள் வந்தாலும், அதுவரை 'ஹீரோ'வாகவே இருந்த அமிதாப் ஒரு துணைக் கதாபாத்திரத்தில் நடிக்கிறார் என்பதே அந்தப் படத்துக்குக் கூடுதல் விளம்பரமாகிவிட்டது. மக்கள் இந்தப் புதிய அமிதாபைப் பார்ப்பதற்காகத் தியேட்டருக்கு வந்தார்கள்.

அதன்பிறகு, மற்ற தயாரிப்பாளர்கள் விதவிதமான கதாபாத்திரங்களுடன் அமிதாபைத் தைரியமாக அணுகத் தொடங்கினார்கள், 'இனிமேலும் ஹீரோ கனவில் இருக்கமாட்டார்' என்கிற நம்பிக்கைதான்.

அந்த வாய்ப்பை அமிதாப் அருமையாகப் பயன்படுத்திக் கொண்டார். அவருக்காகவே இயக்குநர்கள் பார்த்துப்பார்த்துக் கதாபாத்திரங்களை உருவாக்கத்தொடங்கினார்கள். அதுவரை அவரை ஆக்‌ஷன் ஹீரோவாகமட்டுமே பார்த்துக்கொண்டிருந்த ரசிகர்கள், 'இவருக்கு இப்படியும் நடிக்கவருமா' என்று திகைக்கும் அளவுக்கு வித்தியாசமான படங்களில் நடிக்க ஆரம்பித்தார் அமிதாப்.

கிட்டத்தட்ட இதே நேரத்தில்தான், தொலைக்காட்சியில் 'கௌன் பனேகா க்ரோர்பதி' வாய்ப்பும் அவருக்குக் கிடைத்தது. அது ஒவ்வோர் இல்லத்துக்கும் அவரைக் கொண்டுசேர்த்தது.

இன்றைக்கு, அமிதாப் மீண்டும் மெகா பிரபலம். ஆனால் இப்போது, ஹீரோயிஸத்தை நம்பி அவர் இல்லை. அதற்காக, கைக்குக் கிடைத்த அப்பா, தாத்தா கதாபாத்திரங்களையெல்லாம் ஏற்றுக்கொள்வதும் இல்லை, தன் நடிப்புக்குச் சவால் விடும் கதைகளைத் தேர்ந்தெடுத்து நடித்து அசத்துகிறார்.

இதைப் புரிந்துகொள்வதற்கு அவர் கொடுத்த விலை, ஏழெட்டு வருட ஓய்வு. அதோடு, ஏராளமான பணத்தையும் இழந்து கிட்டத்தட்ட நடுத்தெருவுக்கு வந்தபிறகு, மக்கள் தன்னைக் கதாநாயகனாகமட்டுமே பார்க்க விரும்புகிறார்கள் என்கிற பிரமையிலிருந்து வெளியேறி, தனது இன்னொரு திறமையைக் கண்டுகொண்ட மிக வித்தியாசமான கதை அவருடையது.

பல நேரங்களில், ஒரு பிரச்னை வந்தபிறகு, அதற்கான தீர்வுகளை நாம் இருக்கும் இடத்திலிருந்தேதான் தேடுகிறோம். அதனால் புதிதாக எதுவும் நடந்துவிடப்போவதில்லை. சற்றே விலகி நின்று இன்னொரு கோணத்தில் பார்க்க ஈகோ அனுமதிப்பதில்லை.

'நான் எப்பேர்ப்பட்ட ஹீரோ, ஷாருக் கான் படத்தில் எனக்கு வயதான கதாபாத்திரமா!' என்று அமிதாப் அவமானப்படாததால், அவருடைய பிரச்னைக்குத் தீர்வும் கிடைத்தது, ஒரு புதிய அத்தியாயமும் தொடங்கியது!

9

'சரியா பதினெட்டு வயசு, அவ்ளோதான், உங்களுக்குக் கல்யாணம் செஞ்சுவெச்சு மாப்பிள்ளை வீட்டுக்கு அனுப்பிடுவோம்!'

இந்திராவின் தாய் சாந்தா இதை அடிக்கடி சொல்வார். சில சமயம் சீரியஸ் பேச்சு, சில சமயம் விளையாட்டு, சில சமயம் மிரட்டல்.

ஆனால், அவருடைய மகள்கள் இதை ஒரு பெரிய விஷயமாக நினைக்கவில்லை. காரணம், பெண்கள் சீக்கிரம் கல்யாணம் செய்துகொண்டு வீட்டுக்குள் முடங்கிக்கிடக்கவேண்டும் என்ற எண்ணம் சாந்தாவுக்கு இல்லை, அவர்கள் நினைப்பதையெல்லாம் சாதிக்கவேண்டும் என்று எண்ணுகிறவர் அவர்.

'என் தாய்க்குச் சின்னக் கனவுகளே கிடையாது, அநேகமாகச் சிறுவயதில் அவர் இந்தியாவின் பிரதமராகவேண்டும் என்று விரும்பியிருப்பார் என நினைக்கிறேன்' என்கிறார் இந்திரா, 'அதுபோல, பெரிய விஷயங்களுக்கு ஆசைப்படவேண்டும், அவற்றைப் பெறுவதற்கு நாம் என்ன செய்யவேண்டும் என்று யோசித்து, திட்டமிட்டு, செயல்பட்டு வெற்றிபெறவேண்டும் என்று அவர் எங்களுக்குச் சொல்லிக்கொடுத்தார்.'

இந்திராவும் அவருடைய அக்கா சந்திரிகாவும் தினமும் இரவுச்சாப்பாட்டுக்கு வரும்போது, சாந்தா அவர்களுக்கு ஒரு போட்டி வைப்பார்: அவர் கொடுக்கிற தலைப்பில் ஒரு பேச்சைத் தயாரித்துப் பேசவேண்டும்.

ஒவ்வொரு நாளும், அவர் தருகிற தலைப்புகள் கிட்டத்தட்ட ஒரேமாதிரிதான் இருக்கும்: நான் பிரதமரானால் என்ன செய்வேன்? நான் முதல்வரானால் என்ன செய்வேன்? நான் ஜனாதிபதியானால் என்ன செய்வேன்?... இப்படி வெவ்வேறு பதவிகளை எடுத்துக்கொண்டு கற்பனை செய்யவேண்டும், ஒரு பேச்சைத் தயாரிக்கவேண்டும்.

சாப்பிட்டவுடன், இருவரும் தங்களுடைய பேச்சுகளைப் பேசிக்காட்டவேண்டும். அவர்களில் யாருடைய பேச்சு நன்றாக இருந்தது என்பதை வைத்து அவர்களில் ஒருவரை வெற்றி பெற்றதாக அறிவிப்பார் சாந்தா.

வெற்றிபெற்றவருக்குப் பரிசு?

அன்றைய தினம் என்ன தலைப்போ அந்தப் பதவி அவர்களுக்கு வழங்கப்பட்டுவிட்டதாக அர்த்தம், 'நாளைக்குப் போட்டி வர்றவரைக்கும் நீதான் இந்தியாவோட ஜனாதிபதி' என்று அறிவித்துவிடுவார் சாந்தா. இதைவிடப் பெரிய பரிசு உண்டா?

இந்திரா இந்த விளையாட்டை விளையாடத் தொடங்கியபோது, அவருக்கு வயது வெறும் எட்டுதான். அந்த வயதில் அவருக்குப் பிரதமர், ஜனாதிபதிக்கெல்லாம் அர்த்தம்கூடக் குத்துமதிப்பாகத்தான் புரிந்திருக்கும், ஆனால், தான் நினைத்தால் என்னவாகவும் ஆகலாம் என்கிற தன்னம்பிக்கையை இந்த விளையாட்டு அவருக்குள் வளர்த்தது.

அதேசமயம், 'பதினெட்டு வயதில் உங்களுக்குத் திருமணம் செய்துவைத்துவிடுவோம்' என்று சொல்வதையும் சாந்தா நிறுத்தவில்லை. அவர் வளர்ந்திருந்த சமூகச்சூழல் அப்படி.

இதனால், ஒருபக்கம் பெரிய கனவுகளைக் காணச்சொல்வது, இன்னொருபக்கம் திருமணமும் குடும்பமும்தான் ஒரு

பெண்ணுக்கு முக்கியம் என்கிற செய்தி. இந்த இரண்டில் எதை அந்தக் குழந்தைகள் ஏற்றுக்கொள்ளும்?

'ஒரு பெண்ணுக்கு இவை இரண்டுமே முக்கியம் என்று எங்கள் தாய் நினைத்திருக்கவேண்டும்' என்று ஊகிக்கிறார் இந்திரா. 'மற்ற பெண்களைப்போலவே தன் பெண்களும் சீக்கிரம் திருமணம் செய்துகொண்டு நல்ல மனைவிகளாகப் பெயர் வாங்கவேண்டும் என்ற விருப்பம் அவருக்கு இருந்தது, அதேசமயம், அவர்களுடைய திறமைக்கு அவர்கள் எந்த உயரத்துக்கும் செல்லலாம் என்கிற நம்பிக்கையும் இருந்தது, இந்த இரண்டையும் சமநிலைப்படுத்தி நாங்கள் ஜெயிக்கவேண்டும் என்று அவர் விரும்பினார்.'

ஒரு தாயின் கோணத்தில் பார்க்கிறபோது, இந்த இரண்டும் ஒன்றுக்கொன்று பொருந்தாதவை. மகள்கள் திருமண வயதை நெருங்க நெருங்க, அவர்களுக்குச் சீக்கிரம் திருமணம் செய்துவைத்துவிடவேண்டும் என்கிற கடமையுணர்வு ஒருபக்கம், இத்தனை விரைவாகத் திருமணம் செய்துவைத்து அவர்களுடைய வளர்ச்சிக்குத் தடைபோடக்கூடாது என்ற அக்கறை இன்னொருபக்கம் என சாந்தாவை இழுத்திருக்கும்.

'நான் கல்லூரியில் சேர்ந்து படிக்க விரும்பியபோது, என் தாய் அதற்குச் சம்மதிக்கவே இல்லை' என்கிறார் சந்திரிகா, 'இதற்காக உண்ணாவிரதமெல்லாம் இருந்தபிறகுதான் ஒப்புக்கொண்டார்.'

அதேபோல், இந்திரா மேற்படிப்புக்காக வெளிநாடு செல்ல விரும்பியபோதும் சாந்தாவுக்கு அதில் விருப்பமே இல்லை. இதனால் தன் மகள்களின் திருமண வாய்ப்புகள் பாதிக்கப்படுமோ என்கிற கவலைதான் அவருக்கு.

ஆரம்பத்தில் முரண்டு பிடித்தாலும், அவர் தன் மகள்களின் விருப்பத்தைத் தடுக்கவில்லை. அவர்களுடைய கனவுகளைப் புரிந்துகொண்டார், அதற்கு ஆதரவாக இருந்தார்.

இந்திரா, சந்திரிகா இருவருமே வெளிநாடு சென்றார்கள், படித்தார்கள், வேலையில் சேர்ந்தார்கள், பல நிறுவனங்களில் முக்கியப் பொறுப்புகளை வகித்தார்கள், திருமணம்

செய்துகொண்டார்கள், வீட்டில் நல்ல மனைவியாக, தாயாக, வெளியே சிறந்த வெற்றியாளர்களாகவும் பெயரெடுத்தார்கள்.

இன்றைக்கு, இந்திரா உலகின் மிகப் பெரிய நிறுவனங்களில் ஒன்றான பெப்ஸிகோவின் தலைவி, இந்தப் பொறுப்பை வகிக்கும் முதல் பெண் அவர்தான், அமெரிக்காவில் பிறக்காத ஒருவர் இந்தப் பதவிக்கு வருவதும் இதுதான் முதல்முறை. உலகின் சக்திவாய்ந்த பெண்களில் ஒருவராக மதிக்கப்படுகிறார் அவர்.

சந்திரிகாவும் உலகப்புகழ் பெற்ற இசைக்கலைஞர். கல்வி, ஆரோக்கியம், கலை உள்ளிட்ட பல துறைகளில் சமூகப் பணிகளுக்காகவும் பிரபலமானவர் அவர்.

பதினெட்டு வயதில் திருமணம் என்று சமூகம் திணித்த செய்தியை மறுக்க இயலாமல், அதேசமயம் 'என் பெண்கள் எதையும் சாதிப்பார்கள்' என்றும் கனவு கண்ட தாய்க்கு, மகள்கள் தந்திருக்கும் பரிசு இதுதான்!

10

ஒரு பாடகர் பிரபலமாகவேண்டுமென்றால் என்ன செய்யவேண்டும்?

சினிமாவில் பாடவேண்டும் என்று சொன்னீர்களானால் நீங்கள் முந்தைய தலைமுறை என்று அர்த்தம். சினிமாதான் பிரபலத்துக்கான ஒரே வழி என்கிற நிலைமை மாறிவிட்டது, இன்றைய இளம் பாடகர்களுக்கு மேடை நிகழ்ச்சிகள், சிங்கிள்ஸ் எனப்படும் தனிப்பாடல்கள், தொகுப்பு ஆல்பம்கள், யூட்யூப் வீடியோ பாடல்கள் என்று ஏராளமான வழிகள் இருக்கின்றன, ஸ்டூடியோவுக்கே செல்லாமல், வீட்டில் இருந்தபடி மொத்தப் பாடலையும் உருவாக்கி, இணையத்தில் ஏற்றலாம், நல்ல பாடல் என்றால் வைரலாக்கி ஹிட் செய்ய இணையச் சமூகம் காத்திருக்கிறது, ஹிட்டானால் சினிமா வாய்ப்பு, பணம், புகழ், விருதுகள் எல்லாம் தேடிவருகின்றன!

வெளிநாடுகளிலிருந்து இந்தியாவுக்கு இறக்குமதியாகியிருக்கும் இந்த நவீன ட்ரெண்டில் இப்போதைய சூப்பர் ஹிட், யோயோ ஹனிசிங். ஹிந்தி, பஞ்சாபி, ஆங்கிலம் என்று கலக்கும் பன்மொழிப் பாடகர், இசையமைப்பாளர், பாடலாசிரியர்,

நடிகர். இவரது பாடல்கள் ஒவ்வொன்றும் தங்களது உணர்வுகளை அப்படியே பிரதிபலிப்பதாக இந்திய இளைஞர்கள் உருகிப்பேசுகிறார்கள், இவருக்கு லட்சங்களில் சம்பளத்தைக் கொடுத்துக் கொத்திக்கொண்டிருக்கிறது திரையுலகம்.

யோயோ ஹனிசிங் என்ற பெயரே ஒருமாதிரி அந்நியமாக இருக்கிறதே, இவர் இந்தியர்தானா?

ஹனிசிங் வாய்விட்டுச் சிரிக்கிறார், 'என் சொந்தப் பேரு ஹர்தேஷ்சிங்தான், ஒரு வித்தியாசத்துக்காக ஹனிசிங்ன்னு பேரை மாத்தினேன், அப்புறம், பேச்சுவாக்குல யோயோன்னு சொல்றது ஆஃப்ரிக்கன்-அமெரிக்கன் இளைஞர்கள் மத்தியில் ரொம்ப சகஜம். என் ஃப்ரெண்ட்ஸ் சிலபேர் அடிக்கடி அப்படிச் சொல்றதைப் பார்த்தேன், அந்த ஸ்டைல் எனக்குப் பிடிச்சிருந்தது, அதையும் சேர்த்து ஒரு புதுப்பெயரை உருவாக்கிட்டேன்!'

'யோயோ' என்றால் 'உங்களுடைய' என்பதுபோல் அர்த்தமாம், 'உங்களுடைய ஹனிசிங்' என்ற பெயர் ஒரு பாடகருக்கு ரொம்பப் பொருத்தமாக இருக்கும் என்று அவர் நினைத்திருக்கிறார், அதுவும் செட்டாகிவிட்டது.

ஆனால் இன்றைக்கு, யோயோ ஹனிசிங்கின் லட்சக்கணக்கான ரசிகர்கள் அவருடைய பெயருக்கு விளக்கம் கேட்கிற நிலையில் இல்லை, அவர்களைப் பொறுத்தவரை யோயோ ஹனிசிங் அவர்களுடைய வாழ்க்கைக்குள் புகுந்து வரிகளை உருவிக்கொண்டுவந்து பாடல் எழுதி, இசையமைத்துப் பாடி உருகவைக்கிற மாயக்காரர்!

முப்பது வயதுக்குள் இப்படியொரு மெகாவெற்றி எப்படிச் சாத்தியமானது?

இதற்குப் பல காரணங்கள் உண்டு. யோயோ ஹனிசிங்கின் குரலும் எழுத்துத்திறனும் இசையமைப்புத்திறனும் ஒருபக்கமிருக்க, ஒவ்வொரு வீடியோவையும் உலகத்தரத்தில் கொண்டுவரவேண்டும் என்பதில் அவர் காட்டும் முனைப்புதான் அவருடைய மிகப் பெரிய பலம்.

அடுத்து, பஞ்சாபி மொழி!

ஆரம்பத்தில் யோயோ ஹனிசிங் ஆங்கிலத்தில்தான் இசையமைத்து, எழுதிப் பாடிக்கொண்டிருந்தார். அவருடைய சில பாடல்கள் உலக அளவில் முக்கிய இசைப்பட்டியல்களில் இடம் பிடித்துப் பிரபலமாகின. பல மேடைக்கச்சேரி வாய்ப்புகளும் வந்தன.

இந்தக் கச்சேரிகளுக்கு வந்த இளைஞர்கள் பலர், 'பஞ்சாபியில பாடுங்க' என்று அவரைக் கேட்டுக்கொண்டிருக்கிறார்கள்.

அப்போது அவருக்கு இப்படியோர் எண்ணமே இல்லை. இசைத்துறையிலிருந்த மற்ற பல இந்திய இளைஞர்களைப்போல் அவரும் ஆங்கிலத்தில் பாடினால்தான் உலகப் பிரபலமாகலாம் என்று நினைத்துக்கொண்டிருந்தார்.

ஆனால், பலர் இப்படிக் கேட்டபிறகுதான், பஞ்சாபிச் சொற்களைப் பாடல் வரிகளில் பயன்படுத்தினால் என்ன என்று யோசித்து, சில மேடைகளில் முயற்சிசெய்திருக்கிறார். அதற்குச் செம வரவேற்பு.

யோயோ ஹனிசிங்கின் அந்தப் பஞ்சாபி பாடல்கள் ரசிகர்கள்மத்தியில் செம ஹிட்டாகிவிட்டன. தங்கள் உணர்வுகளைத் தங்களுடைய மொழியில் கேட்பதில் அவர்களுக்கு அப்படியொரு மகிழ்ச்சி!

'அப்போதுதான் நான் ரசிகர்களின் மனோநிலையை நன்கு புரிந்துகொண்டேன்' என்கிறார் யோயோ ஹனிசிங், 'நாம் ஆங்கிலத்தில் பாடுவதைப் பெருமையாக நினைக்கிறோம், ஆனால் நம் ரசிகர்களுக்கு, நம் மொழியில் பாடல்கள் தேவை, அவைதான் அவர்களுக்கு நெருக்கமாக இருக்கின்றன! உண்மையில் அவைதான் இந்தியப் பாடல்கள், ஆங்கிலத்தில் சிந்தித்து, எழுதிப் பாடுபவை அல்ல!'

இதைப் புரிந்துகொண்டபிறகு, யோயோ ஹனிசிங்கின் பாடல் வரிகள் வேறு தளத்தில் நகரத்தொடங்கின. தன் இளமை நினைவுகளையும் உணர்வுகளையும் தான் கேள்விப்பட்ட

எளிய மனிதர்களின் கதைகளையும் கலந்து மக்கள் மொழியில் பாடத் தொடங்கினார் அவர். 'ஹிந்தியைவிட, ஆங்கிலத்தைவிட, பஞ்சாபியில் பாடுவதுதான் இப்போது எனக்குப் பிடித்திருக்கிறது!' என்று பெருமையுடன் சொல்ல ஆரம்பித்தார்.

'ஆங்கிலம் பேசும் வெளிநாடுகளில் ஸ்பானிஷ், ஃப்ரெஞ்சுப் பாடல்கள் நிறையப் பாடப்படுகின்றன, அவை மிகப் பெரிய அளவில் வெற்றியடைகின்றன, அவர்கள் ஆங்கிலம்தான் பாடவேண்டும் என்று நினைப்பதில்லையே, நமக்குமட்டும் ஏன் இந்தத் தயக்கம்?' என்கிறார் யோயோ ஹனிசிங், 'அவர்களைப்போல நாமும் நமது மொழிகளில் பாடுவதற்குப் பெருமைப்படவேண்டும், நம் பாடல்களும் உலக அரங்கில் ஒலிக்கவேண்டும், அதற்கு ஒரே வழி, இன்னும் பல உள்ளூர் மொழிகளில் நவீன பாடல்கள் வரவேண்டும், அவற்றை உலகத்தரத்தில் பதிவுசெய்து வெளியிடவேண்டும், இப்படிச்செய்தால், நம் நாட்டிலிருந்து இன்னும் பல வெற்றியாளர்கள் வருவார்கள்!'

யோயோ ஹனிசிங்கின் பாடல் வரிகளைப்பற்றிப் பல விமர்சனங்கள் உண்டு. ஆனால், தாய்மொழியில் பேசுவதைக் கௌரவக்குறைச்சலாக நினைக்கும் ஒரு தலைமுறையில், 'எனக்குப் பஞ்சாபியில் பாடுவதே பிடித்திருக்கிறது' என்று சொல்லும் ஒரு 'யூத் ஐகான்' இருப்பது நல்லதுதான்!

11

இன்ஃபோசிஸ் தெரியும், சாஃப்ட்ரானிக்ஸ் தெரியுமா?

இரண்டும் சாஃப்ட்வேர் நிறுவனங்கள்தான், இரண்டையும் தொடங்கியவர் ஒருவரேதான், ஆனால், இன்ஃபோசிஸ் இன்று உலகறிந்த பிராண்ட், சாஃப்ட்ரானிக்ஸ் என்ற பெயர்கூட பலருக்குத் தெரியாது.

காரணம், இன்ஃபோசிஸ் ஒரு மெகா வெற்றி பெற்ற நிறுவனம், சாஃப்ட்ரானிக்ஸ் தொடங்கிய வேகத்தில் இழுத்துமூடப்பட்டது.

அப்போதுதான் நாராயணமூர்த்தி வெளிநாட்டிலிருந்து இந்தியா திரும்பியிருந்தார். மற்ற நாடுகளைப்போல இந்தியாவால் ஏன் முன்னேற இயலவில்லை, அதற்குத் தான் எப்படிப் பங்களிக்கலாம் என்று அவர் சிந்தித்தார்.

முதலில், அவருக்கு ஓர் அரசியல் கட்சி ஆரம்பிக்கிற எண்ணம் வந்தது. அதைப்பற்றி நண்பர்களிடம் பேசினார்.

சிலர் அவருக்கு ஊக்கம் தந்தார்கள். பலர், 'இதெல்லாம் உனக்குச் சரிப்படாது' என்றார்கள், 'உன் வேலை என்னவோ அதைக் கவனி, எதுக்கு அரசியலெல்லாம்?'

ஆகவே, கட்சி ஆரம்பித்து நாட்டைத் திருத்துவதற்குப் பதிலாக, கம்பெனி ஆரம்பித்து நாட்டுக்கு வளம் சேர்க்கத் தீர்மானித்தார் நாராயணமூர்த்தி. அந்தக் கம்பெனிதான் சாஃப்ட்ரானிக்ஸ்.

நாராயணமூர்த்தி தொடங்கிய அந்த நிறுவனத்தின் நோக்கம், இந்தியத் தேவைகளுக்கு ஏற்ற சாஃப்ட்வேர்களை உருவாக்குவது. இதன்மூலம் நமது நிறுவனங்களும் தொழிற்சாலைகளும் சர்வதேச அளவில் போட்டியிட்டு வெல்லலாம் என்று அவர் நினைத்தார், இன்னொருபக்கம், இதன்மூலம் சாஃப்ட்வேர் துறையில் பல புதிய வேலைவாய்ப்புகள் உருவாகும், இந்திய இளைஞர்களுக்கு உதவும்.

இதற்குத் தேவையான திறமையும் அனுபவமும் ஆர்வமும் அவருக்கு இருந்தது. ஆனால், சந்தை தயாராக இல்லை.

அப்போது, இந்தியாவில் கம்ப்யூட்டர்களே அபூர்வம். அவற்றை வைத்திருந்தவர்களும் சும்மா பொம்மைமாதிரிதான் பயன்படுத்திக்கொண்டிருந்தார்கள், எங்கேயாவது ஓரிரு நிறுவனங்கள்மட்டுமே அதனைத் தொழில் பணிகளுக்காகப் பயன்படுத்தின.

ஆகவே, சாஃப்ட்ரானிக்ஸ் என்னதான் பிரமாதமான சாஃப்ட்வேர்களை எழுதத் தயாராக இருந்தாலும், அவற்றை இயக்குவதற்கான ஹார்ட்வேர்கள் இந்தியாவில் குறைவு, பலரும் கம்ப்யூட்டர்களைப் பயன்படுத்துகிற புரட்சி அப்போது வருவதாக இல்லை. இந்தச் சூழ்நிலையில் யார் சாஃப்ட்வேர் வேண்டும் என்று கேட்பார்கள்? நாராயணமூர்த்தி எங்கே சென்று யாரைச் சந்தித்தாலும், 'அப்புறமாப் பார்க்கலாம்' என்ற பதில்தான் கிடைத்தது.

உள்நாட்டுச் சந்தையில் இதற்கு வழியில்லை என்றால், வெளிநாட்டில் முயற்சி செய்யலாமே.

சாஃப்ட்ரானிக்ஸ் தொடங்கப்பட்டது எழுபதுகளின் பிற்பகுதியில். இன்றைக்கு இந்திய நிறுவனங்கள் சர்வசாதாரணமாக வெளிநாடுகளில் தொழில்செய்கிற சூழல் அப்போது கிடையாது. ஏகப்பட்ட கட்டுப்பாடுகள், தடைகள்,

அவற்றை மீறி வெளிநாட்டில் சாஃப்ட்வேர் விற்பதற்கான வாய்ப்புகள் மிகக் குறைவு.

ஆகவே, சாஃப்ட்ரானிக்ஸைத் தொடங்கியவேகத்தில், 'இது சரிப்படாது' என்று புரிந்துகொண்டார் நாராயணமூர்த்தி. இந்தியா இன்னும் சாஃப்ட்வேருக்குத் தயாராகவில்லை, வெளிநாட்டுச் சந்தைகளில் முயற்சிசெய்யவும் வழியில்லை. இந்த நிலையில் நிறுவனத்தை நடத்தி நஷ்டத்தைச் சந்திப்பது புத்திசாலித்தனமில்லை என்று புரிந்துகொண்டு அதை மூடிவிட்டார், இன்னொரு நிறுவனத்தில் வேலைக்குச் சேர்ந்துவிட்டார்.

பெரிய தோல்விதான். அத்தனை கனவுகளோடு தொழில்தொடங்கிய ஒருவருக்கு இது மிகவும் மன அழுத்தத்தை, பொருள்இழப்பை உண்டாக்கியிருக்கும், சுற்றியிருக்கிறவர்கள் கேலியாகப் பார்த்திருப்பார்கள், சொந்தக் கம்பெனி ஆரம்பித்தபிறகு இன்னொருவரிடம் சம்பளத்துக்கு வேலை பார்ப்பது ஓர் அவமானமாகவே கருதப்படும்.

ஆனால், நாராயணமூர்த்தி அதை ஒரு பெரிய விஷயமாக நினைக்கவில்லை. காரணம், தான் நிறுவனத்தை மூடிய காரணம் அவருக்குத் தெளிவாகத் தெரிந்திருந்தது, 'நான் எதில் சாதிக்கவிரும்புகிறேனோ, அதற்கு இணக்கமான சூழ்நிலை இப்போது இல்லை, அது உருவாகும்வரை, இந்தத் துறையிலேயே வேறு வேலை பார்க்கலாம், சந்தையைத் தொடர்ந்து கவனிக்கலாம், சரியான வாய்ப்பு வரும்போது மீண்டும் முயற்சி செய்யலாம்' என்று தீர்மானித்துக்கொண்டார்.

நாராயணமூர்த்தி இப்போது வேலைசெய்த நிறுவனத்தில், அவர் தனது கனவுகளை அமல்படுத்திப்பார்க்க வாய்ப்புகள் குறைவாகவே இருந்திருக்கும். 'முதலாளி' சொன்ன வேலையைச் செய்கிற சூழ்நிலைதான் அமைந்திருக்கும். ஆனால், அதன்மூலம் அவருக்கு ஒரு சிறு இடைவெளி கிடைத்தது, குடும்பத்தின் தேவைகளுக்கு மாதம் பிறந்தால் சம்பளம் வந்தது, ஆகவே, மற்ற கவலைகள் இல்லாமல், இந்தத் துறையில் அனுபவம்

சேர்த்துக்கொண்டு, சரியான வாய்ப்புக்காகக் காத்திருக்க இயன்றது.

அதன்பிறகு, 1981ல் நாராயணமூர்த்தியும் அவரது நண்பர்கள் சிலரும் சேர்ந்து இன்ஃபோசிஸைத் தொடங்கினார்கள். இப்போதும் அதே பழைய போராட்டம் இருந்தது, ஆனால், இந்தியச் சந்தையும் சரி, சர்வதேச அளவில் வாய்ப்புகளும் சரி, வெகுவாக முன்னேறியிருந்தன, இந்தமுறை அவர் மேலும் அதிக நம்பிக்கையுடன் இந்நிறுவனத்தை வழிநடத்த இயன்றது, பல ஆண்டுகள் கடின உழைப்புக்குப்பிறகு, வெற்றி வந்தது.

மிக நல்ல முயற்சிகள்கூட, எப்போதும் வெற்றியடையும் என்று சொல்ல இயலாது. சில நேரங்களில், தோல்வியை ஏற்றுக்கொண்டு, மீண்டும் ஒரு சரியான வாய்ப்புக்காகக் காத்திருப்பதுதான் புத்திசாலித்தனம், அப்போது கசப்பின்றித் தெளிவோடு காத்திருப்பவர்கள் அடுத்த வாய்ப்பை நன்கு பயன்படுத்திக்கொண்டு இன்னும் பெரிய வெற்றியைப் பெறுவார்கள்!

தெளிவான எழுத்தும் ஆழமான ஆய்வும் நிறைந்த நூல்களுக்காகத் தமிழ் வாசகர்களிடையில் நன்கு அறியப்பட்டுள்ள என். சொக்கன் புனைவு, வாழ்க்கை வரலாறு, நிறுவன வரலாறு, தன்னம்பிக்கை, சிறுவர் இலக்கியம் உள்ளிட்ட துறைகளில் இதுவரை எழுபதுக்கும் மேற்பட்ட நூல்கள், நூற்றுக்கணக்கான கதைகள், கட்டுரைகளை எழுதியுள்ளார். விரிவான ஆய்வுகள், சான்றுகளின் அடிப்படையிலான ஆழமான வரலாற்று நூல்களைத் தமிழில் எழுத இயலும், அவற்றைப் பெரும்பான்மை வாசகர்களுக்குக் கொண்டுசேர்க்கவும் இயலும் என்பதைப் பலமுறை நிரூபித்த எழுத்து வகை இவருடையது.

தமிழ், ஆங்கிலம் ஆகிய இரு மொழிகளிலும் எழுதும் சொக்கனுடைய நூல்கள் ஹிந்தி, கன்னடம், மலையாளம் உள்ளிட்ட பல மொழிகளில் மொழிபெயர்ப்பாகியுள்ளன.

www.ingramcontent.com/pod-product-compliance
Lightning Source LLC
LaVergne TN
LVHW041440170726
843492LV00008B/2713